D1771716

நான் லலிதா பேசுகிறேன்

நான் லலிதா பேசுகிறேன்

சுரேஷ்குமார இந்திரஜித் (பி. 1953)

ராமேஸ்வரத்தில் பிறந்து, மதுரையில் வளர்ந்து படித்தவர். தமிழக வருவாய்த்துறையில் சிரஸ்தாராகப் பணியாற்றி 2011இல் ஓய்வு பெற்றவர். மதுரையில் வசிக்கிறார்.

தொடர்புக்கு: sureshkumaraindrajith@gmail.com

ஆசிரியரின் பிற நூல்கள்

- அலையும் சிறகுகள் (1982)
- மறைந்து திரியும் கிழவன் (1993)
- மாபெரும் சூதாட்டம் (2005)
- அவரவர் வழி (2009)
- நானும் ஒருவன் (2012)
- நடன மங்கை (2013)
- இடப்பக்க மூக்குத்தி (2017)
- பின் நவீனத்துவவாதியின் மனைவி (2018) கிளாசிக் சிறுகதைகள்
- கடலும் வண்ணத்துப்பூச்சிகளும் (2019) நாவல்
- அம்பிகாவும் எட்வர்ட் ஜென்னரும் (2020) நாவல்
- ஒரு பாடகி ஒரு மாயப்பிறவி (2021) நாவல்

தொகுப்பு

- டெர்லின் ஷர்ட்டும் எட்டு முழ வேட்டியும் அணிந்த மனிதர் – ஜி. நாகராஜன் (1993) கிளாசிக் சிறுகதைகள்

சுரேஷ்குமார இந்திரஜித்

நான் லலிதா பேசுகிறேன்

காலச்சுவடு பதிப்பகம்

அன்பார்ந்த வாசகருக்கு,

வணக்கம்.

காலச்சுவடு நூலை வாங்கியமைக்கு நன்றி.

நூலின் உள்ளடக்கம், உருவாக்கம், அட்டைப்படம் இன்ன பிற அம்சங்கள் பற்றிய உங்கள் கருத்துகளையும் ஆலோசனைகளையும் காலச்சுவடு வரவேற்கிறது. தகவல், எழுத்து, வாக்கியப் பிழைகள் தென்பட்டால் கட்டாயம் தெரிவித்து உதவுங்கள். நூல் தயாரிப்பில் கடும் குறைபாடு இருப்பின் மாற்றுப் பிரதி உங்களுக்குக் கிடைக்கக் காலச்சுவடு ஏற்பாடு செய்யும்.

மின்னஞ்சல்: publisher@kalachuvadu.com

காலச்சுவடு நாகர்கோவில் தலைமையகத்துக்கும் கடிதம் அனுப்பலாம்.

தங்கள்
எஸ்.ஆர். சுந்தரம் (கண்ணன்)
பதிப்பாளர் — நிர்வாக இயக்குநர்

நான் லலிதா பேசுகிறேன் ♦ நாவல் ♦ ஆசிரியர்: சுரேஷ்குமார இந்திரஜித் ♦ © சுரேஷ்குமார இந்திரஜித் ♦ முதல் பதிப்பு: ஆகஸ்ட் 2022 ♦ வெளியீடு: காலச்சுவடு, 669, கே.பி. சாலை, நாகர்கோவில் 629001

காலச்சுவடு பதிப்பக வெளியீடு: 1103

naan lalitaa peecukiReen ♦ Novel ♦ Author: Sureshkumara Indrajith ♦ © Sureshkumara Indrajith ♦ Language: Tamil ♦ First Edition: August 2022 ♦ Size: Demy 1x8 ♦ Paper: 18.6 kg maplitho ♦ Pages: 144

Published by Kalachuvadu, 669, K.P. Road, Nagercoil 629001, India ♦ Phone: 91-4652-278525 ♦ e-mail: publications@kalachuvadu.com ♦ Printed at Mani Offset, Chennai 600077

ISBN: 978-93-5523-154-3

புதுமைப்பித்தனுக்கு

முன்னுரை

பாரதியாருக்குத் திருமணமாகும்போது வயது 15. அவருடைய மனைவி செல்லம்மாவுக்கு வயது 7. அக்காலத்தில் இந்தியாவில் சில பிரிவினர்களிடம் குழந்தைத் திருமணம் பொதுவான நடைமுறையாக இருந்தது. கணவர்கள் சிறுவர்களாகவும் மனைவிகள் குழந்தைகளாகவும் இருந்த காலத்தில் குழந்தை விதவைகள் அதிகம் இருந்தார்கள். 12 வயதிலிருந்து 15 வயதுக்குட்பட்ட சிறுமி-மனைவிகள் பிரசவத்தின்போது படும் துயரங்களின் உண்மை அனுபவங்களை டாக்டர் முத்துலட்சுமி ரெட்டி 1928வது வருஷம் மார்ச் 27ஆம் தேதி மெட்ராஸ் மாகாண சட்டசபையில் நிகழ்த்திய உரையில் தெரிவித்துள்ளார். பிறப்பு உறுப்பு கிழிந்து வரும் சிறுமி-மனைவிகள், பைத்தியமாகும் சிறுமி-மனைவிகள், இறக்கும் சிறுமி-மனைவிகள், பிரசவ வேதனையைத் தாங்க முடியாத சிறுமி-மனைவிகள், கருக்கலைப்புக்கு உட்படும் சிறுமி-மனைவிகள் என அவர் தன்னுடைய அனுபவங்களை விவரிக்கிறார். உடல் வளர்ச்சியடையாததால் ஆயுதத்தை உபயோகப்படுத்தியே குழந்தைகளை எடுக்க வேண்டியிருப்பதையும் கூறுகிறார். விதவைகளின் புள்ளிவிவரங்களையும் தருகிறார். 5 வயதிற்குள் விதவையானோர் 1316 பேர், 10 வயதுக்குள் விதவையானோர் 6146 பேர், 15 வயதுக்குள் விதவையானோர் 23,623 பேர் என்று 30 வயதுவரை விதவையானவர்களின் மொத்த எண்ணிக்கை 4,72,309 என்று குறிப்பிட்டுள்ளார். இந்த உரை நாவலுக்குள் வருகிறது. அக்காலக் குழந்தை-விதவைகள், சிறுமி-மனைவிகள் நிலையை இந்த உரைமூலம் தெரிந்துகொள்ளலாம்.

இந்நாவலில் வரும் லலிதா குழந்தை–விதவையாக இருந்து அதிர்ஷ்டவசமாக டாக்டராக உருவாகிறாள். லலிதா, தான் சந்திக்கும் சிரமங்களையும் உணர்வுகளையும் தன்னிலையில் கூறுவதாகக் கதைச் சித்தரிப்பு அமைந்துள்ளது. அக்காலத்திய வரலாற்று நிகழ்வுகள் இந்நாவலில் இணைந்து வருகின்றன. இந்நாவலை ஒரு சமூக விமர்சன நாவலாகவும் கொள்ளலாம்.

நண்பர்கள் ந. ஜயபாஸ்கரன், தேவேந்திர பூபதி, சுனில் கிருஷ்ணன், மயிலன் ஜி சின்னப்பன், ஸ்ரீநிவாச கோபாலன், சிவராமன் ஆகியோருக்கும் பதிப்பாளரும் நண்பருமான கண்ணன், அரவிந்தன், பதிப்பகப் பணியாளர்கள் கலா முருகன், செந்தூரன், ம.ஸ்டெனோலின், மணிகண்டன் ஆகியோருக்கும் என் நன்றிகள்.

மதுரை **சுரேஷ்குமார இந்திரஜித்**
13–04–2022

1

மெடிக்கல் காலேஜ் பக்கத்துலே நடக்கிற தூரத்திலே இருக்கற பார்க்கிலே இன்னைக்கி சாயந்தரம் ஆறு மணிக்கு சந்திக்கலாம்னு நீல்கமல் லெட்டர் போட்டிருந்தான். நான் பார்க்கை நோக்கித்தான் நடந்து போயிண்டு இருக்கேன். நீல்கமலின் கண்கள் நீல நிறத்திலே இருக்கும். பெங்காலி. இங்கேயுள்ள யுனிவர்சிட்டியிலே சட்டம் படிச்சுண்டு இருக்கான். அவனை முதல்லே நான் ராமகிருஷ்ணா மிஷன்லே பாத்தேன். அங்கே ஒரு இடத்துலே சுவரிலே சாய்ந்து தரையில் உக்காந்து ஏதோ பேசிண்டிருந்தான். சிலர் அவன் பேசறதைக் கேட்டுண்டு இருந்தாங்க. சிலர் ஆங்காங்கே உக்காந்திருந்தாங்க. நானும் உக்காந்திருந்தேன். பிறகு எழுந்து அவன் என்ன பேசறான்னு கேக்கலாம்னு நானும் போய் உக்காந்தேன்.

அவன் விவேகானந்தரைப் பத்திப் பேசிண்டு இருக்கான். அவரோட சிகாகோ பிரசங்கத்தைப் பத்தி பேசிண்டு இருக்கான். ஆங்கிலம் அவனுக்கு சரளமா வர்றது. சுத்தி உக்காந்திருந்தவா பெரும்பாலும் படிச்சவா.

அவன் சொல்லிண்டிருக்கான்: "சுவாமி விவேகானந்தர் அந்த சபையிலே பேச ஆரம்பிக்கும் போது அமெரிக்காவைச் சேர்ந்த சகோதர சகோதரிகளேன்னு ஆரம்பிக்கறார். ஒரே கரகோஷம். அனைத்துப் பிரிவு இந்து மக்களின் சார்பாகவும் நன்றி சொல்றார். உலகிற்குச் சகிப்புத்தன்மையையும் பிரபஞ்ச ஒற்றுமையையும் போதித்த மதத்தைச் சேர்ந்தவன் என்பதில் பெருமை கொள்றேன். நாங்கள் பிரபஞ்சத்தன்மையில் நம்பிக்கை உடையவர்களாக மட்டுமல்ல, அனைத்து மதங்களும் உண்மையானவை என்றும் ஒப்புக்கொள்கிறோம். இந்தப் பூமியில் உள்ள அனைத்து நாடுகளின்,

மதங்களின் அகதிகளுக்கு இடம் கொடுத்த நாட்டைச் சேர்ந்தவன் என்பதில் பெருமை கொள்றேன். நான் என்னோட பால்ய காலத்தில் அடிக்கடி திரும்பக் கூறும், பல லட்சக்கணக்கான மனிதர்களால் தினமும் திரும்பக் கூறப்படும் வாசகங்களின் சில வரிகளைக் கூறுகிறேன். வெவ்வேறு பாதைகளின் வழியாக வெவ்வேறு இடங்களிலிருந்து வரும் வெவ்வேறு நீரோடைகள், வெவ்வேறு விருப்பங்கள், பலவிதமான எண்ணங்கள், குறுகலானவை அல்லது நேரானவை அனைத்தும் அந்த இறையை நோக்கிச் செல்கின்றன."

இப்படியெல்லாம் விவேகானந்தர் பேசியிருக்கார். மதவெறிக்குச் சாவுமணி அடிக்கணுங்கறார். இப்படி விவேகானந்தரின் சிகாகோ பேச்சைச் சொல்லிண்டே இருக்கான். எனக்கு அவன் மேலே அபிமானம் ஏற்படறது. நான் அவனோட நீலக்கண்களைப் பார்த்தேன். அவன் சொற்பொழிவை முடிச்சப்பறம் அவனண்டே போயி என்னை அறிமுகப் படுத்திக்கறேன். அவன் தன்னைப் பத்தி அறிமுகப்படுத்திக்கறான். பிறகு அதே ராமகிருஷ்ண மடத்துலே ரெண்டு மூணு தடவை சந்திச்சாச்சு. இப்ப பார்க்கிலே சந்திக்கப் போயிண்டு இருக்கேன்.

நான் பால்ய விதவைங்கிறதை அவனிடம் இன்னும் நான் சொல்லலை. அதுக்குன்னு ஒரு நேரம் சந்தர்ப்பம் வரணுமோல்லியோ. இப்ப அந்த நேரமும் சந்தர்ப்பமும் வந்தாச்சுன்னு நெனைக்கறேன். நடக்க நடக்கத் தூரம் குறையாத மாதிரி இருக்கு. இதோ பார்க் வாசல் வந்துடுத்து. பார்க்லே இருக்கற நடைபாதையிலே உலாத்திண்டு இருக்கான். ப்ளூ கலர்லே சட்டை போட்டுண்டு இருக்கான். ஏன் அவன் மேலே எனக்கு இவ்வளவு ஆர்வம் வர்றதுன்னு எனக்கு நானே கேள்வி கேட்டுக்கறேன். பதில்தான் ஒரே குழப்பமா இருக்கு.

அவன் என்னைப் பாத்துக் கையை ஆட்றான். யாராவது பாத்தா தப்பா புரிஞ்சிடுவாளோன்னு நேக்குப் பயமா இருக்கு. அவன் பக்கத்துலே போயிட்டேன். அய்யோ கையை நீட்றானே. நானும் கையை நீட்றேன். ஹேண்ட் ஷேக் பண்ணிக்கறோம். எனக்கு உடம்பெல்லாம் நடுங்கறது. சமாளிச்சுண்டு அவன் கூட பார்க் பெஞ்சுலே உக்கார்றேன். அவன் நீலக்கண்களைப் பாத்த உடனே எனக்கு நெஞ்சு படபடன்னு வேகமா அடிக்குது. ராமகிருஷ்ண மடத்துலே பாக்கறப்ப இவ்வளவு அவஸ்தையா இல்லை. இப்போ தனியா, பார்க்லே பாக்கறமோல்லியோ. எனக்கு உதடெல்லாம் வறண்டு போறது.

அவன் என்னைப் பத்தி விசாரிக்கிற மாதிரி என் வாழ்க்கை இல்லியே. மனசைக் கல்லாக்கிண்டு சொல்றேன். அப்பா,

அம்மா இல்லை; ஹோம்லே வளந்து படிச்சேன். ஒரு தங்கை இருக்கான்னு சொல்லிண்டு ஒரு கேப் கொடுக்கறேன். அவன் என்னையே பாத்துண்டு இருக்கான். அந்த நீலக்கண்கள் ... நான் எச்சிலை முழுங்கிண்டு சொல்லிடறேன். எனக்குச் சின்ன வயசுலேயே கல்யாணம் ஆனது, ருது ஆகறத்துக்கு முன்னாலயே புருஷன் செத்துப்போனது, விதவையா ஹோம்ல சேந்தது, இப்ப மாமனார் உதவியாலே படிச்சுண்டு இருக்கறதுன்னு எப்படியோ சொல்லிடறேன். வாய் உலர்ந்துபோய் தாகமா இருக்கு. எச்சிலை முழுங்கிக்கறேன். அவன் அக்கறையா கேட்டுண்டு இருக்கான். என் நடுக்கத்தைப் பாத்து, கூல் கூல்ன்னு ... கையைப் பிடிச்சு தட்டிக்கொடுக்கறானே. நான் பதட்டம் வந்து எழுந்து நிக்கறேன். கொஞ்ச நேரம் நடைபாதையிலே நடந்து வா, பதட்டம் போயிரும்ங்கறான். நான் நடக்கறேன். பழைய ஞாபகமா வருது. நான் ஒரு அதிர்ஷ்டம் கெட்டவ. எல்லாரையும் பறிகொடுத்துண்டு அனாதையா இருக்கறவ. எனக்குக் கண்லே கண்ணீர் முட்டிண்டு வர்றது. அடக்கிக்கறேன். எவ்வளவு நேரம் நடந்துண்டே இருக்கறது. அவன் உக்காந்து பாத்துண்டே இருக்கான். நான் பெஞ்சுக்குப் போய் அவன் பக்கத்துலே உக்கார்றேன். திரும்பக் கையைப் பிடிச்சுடுவானோன்னு இதயம் துடிக்கறது.

அவன் தன்னைப்பத்திச் சொல்றான். விவசாயக் குடும்பம். வசதியான வாழ்க்கை. லா படிக்கறான். பிரிட்டிஷ் சர்க்கார்னாலே பாதிக்கப்படற தேசபக்தர்களுக்கு கோர்ட்லே வாதாடணும்னு அவனுக்கு ஆசையாம்.

அவன் எங்கே நான் எங்கே. ஏதோ அதிர்ஷ்டத்துனாலே அவன் பக்கத்துலே வந்து உக்காந்து பேசிண்டிருக்கேன். அவன் பெங்காலி பிராமின். நான் தமிழ் பிராமின். வேற ஒரு ஒத்துமையும் இல்லை. நான் விதவை. மத்த ஆம்பளைகளோட உக்காந்து பேசறதே பாவம். யாராவது தெரிஞ்சவா பாத்தா அப்படித்தான் நெனைப்பா.

அவன் பேசிண்டுருக்கான். இந்துப் பெண்களின் பொதுவான நிலை, விதவைகளோட அவல நிலை, பிரிட்டிஷ் சர்க்கார் பத்தி, காந்திஜி பத்தி, நேரு பத்தி, போஸ் பத்தி, தாகூர் பத்தி, அவர் எழுதின கீதாஞ்சலி பத்தி, அதற்கு நோபல் பரிசு கெடைச்சது பத்தி ... *"Into that heaven of freedom, my father, let my country awake."* இது கீதாஞ்சலிலே வர்ற வரியாம். நான் அதிசயிச்சுப் போய் உக்காந்துருக்கேன். அவனுக்கு உலகம் தெரியறது. அரசியல் தெரியறது. முற்போக்கு எண்ணம் கொண்டவனா இருக்கான்னு தோண்றது.

*The Hindu Widow's Re–marriage Act 1856*ன்னு ஒண்ணு இருக்குன்னு தெரியுமான்னு என்னைக் கேக்கறான். நேக்கு இந்த லா எல்லாம் தெரியாதுங்கறேன். தெரிஞ்சுக்கணும்ங்கறான். நீ கல்யாணம் பண்ணிக்க உரிமை இருக்கு; சட்டப்படி அது செல்லும்; இதை நீ தெரிஞ்சு வைச்சுக்கோங்கறான். என்னத்துக்கு இதைச் சொல்றான்னு நான் குழம்பறேன். அழுத்தி வேற சொல்றான். நான் விதவை. அவன் லா படிக்கறவன். அதனாலே சொல்றான்னு நெனைச்சுக்கறேன். உண்மையாவே அவன் சொன்னதுக்கு அப்பறம்தான் இப்படி ஒரு சட்டம் இருக்குன்னு தெரியறது. சட்டம் இருக்கட்டும். மத்தவா விடுவாளா. நாறடிச்சுடுவா.

ராஜாராம் மோகன்ராய் பத்திப் பேசறான், வில்லியம் பெண்டிங் பத்திப் பேசறான். சதியை ஒழிக்கும் சட்டம் கொண்டுவந்ததைப் பத்திப் பேசறான். விவேகானந்தர் பெரிய சீர்திருத்தவாதி; மாடர்ன் மாங்க்குன்னு சொல்றான். பிரிட்டிஷ்காரங்க இருக்கறதுக்குள்ளே நெறைய சீர்திருத்தச் சட்டங்கள் கொண்டுவர அழுத்தம் கொடுக்கணுங்கறான். ஒருவேளை சுதந்திரம் கிடைச்சு பிரிட்டிஷ்காரங்க போய்ட்டாங் கன்னா, இங்கே இருக்கறவாளை வச்சுண்டு சீர்திருத்தம் பண்றது கஷ்டம்ங்கறான். ஏதேதோ பேசிண்டே போறான். நான் சிஷ்யையாட்டம் பாடம் கேட்டுண்டு இருக்கேன்.

ஒரு கட்டத்துலே கண்ணை மூடறேன். ஆயிரம் யானைகள் சூழ என் கையைப் பிடிச்சுண்டு இந்த நீலக்கண்ணன் அக்கினியைச் சுத்திண்டு வந்து என்னைக் கூட்டிண்டு போறதா காட்சி தெரியறது. கண்ணைத் திறந்துட்டேன். என்ன தூக்கம் வருதான்னு நீல்கமல் கேக்கறான். நான் சிரிச்சுண்டே இல்லைங்கறேன். கண்ணை மூடிண்டா நீ சொல்றதெல்லாம் நல்லா மனசுலே போய் பதியறதுன்னு என்னமோ சொல்லி சமாளிக்கறேன்.

இன்னொரு நாள் இங்கயே சந்திப்போம்ங்கறான். நான் சரின்னு தலையாட்டறேன். என்கூட இருந்தா சிந்தனை சரளமா கொட்றதுங்கறான். நான் பல விஷயங்கள் நேக்குத் தெரியவர்றதுங்கறேன்.

அன்றைய சந்திப்பு இப்படி முடிஞ்சுது.

நான் ஹாஸ்டலை நோக்கிப் போயிண்டிருக்கேன். என் மனசு நீல்கமலையே சுத்திண்டிருக்கு. கடவுளே என்னைக் காப்பாத்துன்னு வேண்டிக்கறேன்.

◆◆◆

2

ஜன்னல் வழியா வெளியிலே பாத்துண்டிருக்கேன். மந்தாரமா இருக்கு. காற்று அடிக்கறது. செடிகள் அசையறது. சின்னச்சின்னப் பூக்கள் செடிகள்லே இருக்கு. காலம்பற பூத்திருக்கும். ராத்திரிக்கு முன்னால தானாவே உதிர்ந்துபோயிடும். திரும்ப காலம்பற பூக்கும். ஒருநாள் சேரைப் போட்டு உக்காந்து பூக்கள் பூக்கறதைப் பாக்கணும். நெனைப்புதான் இருக்கு. நெனைப்பை வச்சுண்டு என்ன செய்ய. சின்ன வயசுலே எனக்குந்தான் எவ்வளோ நெனைப்பு இருந்தது. எல்லாம் நாசமாப்போச்சு. தங்கறதுக்கு இடம் கெடைச்சது. சாப்பாடு கெடச்சது. என் அதிர்ஷ்டம் நான் இப்ப டாக்டருக்குப் படிக்கறேன். நான் எடுத்த முடிவுனாலேதான் இது சாத்தியமாச்சு.

தூறல் விழறது. கொஞ்சம் கொஞ்சமா தூறல் வலுக்கும். வலுக்க ஆரம்பிக்கறது. காற்றும் சேந்துக்கறது. பாக்கறதுக்கு ரம்யமா இருக்கு. நான் தனியா படகுலே துடுப்பு வலிச்சுண்டு போறவ. படகு கவிழலாம். நேக்குக் கை வலிச்சு துடுப்பு ஏரியிலே விழலாம். எப்போதும் ஏதோ பயம் மனசிலே இருந்துண்டிருக்கு. பயத்தை ஒளிச்சு வச்சுண்டு பேசிண்டிருக்கேன். தனியா இருக்கறச்சே இந்தப் பயம் சமயத்துலே என்னைக் கவ்விக்கறது. என்கூட இருந்த ரூம்மேட் நான் குழந்தை விதவைன்னு தெரிஞ்சப்பறம் என் துரதிர்ஷடம் தன் மேலேயும் தொத்திடும்னு பயந்துண்டு காலி பண்ணி வேற ரூம்க்குப் போயிட்டா. இப்ப நான் தனி ஆளா இருக்கேன்.

அப்ப நான் ஹோம்லே இருக்கேன். அன்னிக்குக் காத்தாலே இருந்து மழை. சுந்தரி அக்காவுக்கு டி.பி.ன்னு தனியே வச்சிருந்தா. அக்காவுக்குத்

திடீர்னு மூச்சு இளைக்க ஆரம்பிச்சது. கண் மூடியிருந்தது. நான் தூரத்துலேர்ந்து பாத்துப் பயந்துபோய் ஹாலுக்கு வந்துட்டேன். சிஸ்டர் சுப்புலட்சுமிக்குத் தகவல் சொல்லி வரச்சொன்னா. சிஸ்டர் வந்து பாத்தாங்க. உயிர் போயிடுத்து. அடுத்த காரியங் களைச் செய்யணுமே. சிஸ்டர் சுப்புலட்சுமி இங்கேயும் அங்கே யுமா ஓடிண்டிருந்தாங்க. நான் ஹோமுக்கு வந்த பின்னே பாக்கற முதல் சாவு. சுந்தரி அக்காவுக்கு இருவது வயசு இருக்கும். பதினொரு வயசுலே விதவையானதா சொல்லியிருக்கா.

புரோகிதர்கள் சடங்குகள் செய்றதுக்கு வந்தார்கள். ஏதேதோ வாங்கிண்டு வரச்சொன்னா. சிஸ்டர் ஒரு சேர்ல உக்காந்திருந் தாங்க. ஒரு புரோகிதர் சிஸ்டரிடம் வந்து, இந்தப் பெண் விதவையான்னு கேட்டார். சிஸ்டர் ஆமான்னு சொன்னாங்க. உடனே அவர் கூட வந்தவாளைக் காரியத்துக்கு இப்போ ஆயத்தம் பண்ண வேண்டாம்னு நிறுத்தச் சொல்லிட்டார்.

விதவைன்னா முடி எடுக்கணும், அப்பதான் காரியங்களைப் பண்ண முடியும்னு சொல்றார் அந்தப் புரோகிதர். அந்தப் பெண் சடலமா கிடைக்கறா. அவ முடியை எதுக்கு எடுக்கணும்னு சிஸ்டர் கேக்கறா. புரோகிதர்களோட வாதமே பண்றா. ஆனா அவா பிடிவாதமா இருக்கா. நாங்க ஹால்லே நின்னு நடக்கறதை வேடிக்கை பாத்துண்டு இருக்கோம். முடியை எடுக்காம காரியங்களை நடத்த முடியாதுன்னு புரோகிதர்கள் எல்லாம் உறுதியா சொல்றா. சிஸ்டர் வேலையாளைக் கூப்பிட்டு நாவிதரைக் கூட்டிண்டு வரச் சொல்றாங்க.

சிஸ்டர் அவங்க ரூமுக்குப் போய் அவங்க சேர்லே தலை யிலேயே கையை வச்சுண்டு உக்காந்துட்டாங்க. புரோகிதர்கள் கீழே உக்காந்து ஏதோ பேசிண்டிருக்கா. நாவிதர் வர்றார். சீக்கிரமா மழிக்கச் சொல்றார் ஒரு புரோகிதர்.

நாவிதர், பிணத்தை உக்கார வச்சு ஒரு ஆள் பிடிக்கணும்; அப்பத்தான் முடியை மழிக்க முடியும்கிறார். சமையல் பண்ற ராஜம்மாளும் லட்சுமியும் வந்து படுத்திருந்த சுந்தரி அக்காவைத் தூக்கி உக்கார வச்சு, நாவிதர் முடியை மழிக்கறதுக்குத் தோதா பிடிச்சுக்கறா. நாவிதர் தண்ணீரைத் தலையிலே தெளிச்சு முடியை ஈரமாக்கிக் கத்தியால மழிக்கறார். முடி சுந்தரி அக்கா தோள்லேயும் கீழேயும் விழறது. முடியை முழுசா எடுத்தப்பறம் நாவிதர் அதை அள்ளிண்டு ஒரு பையிலே போட்டு எடுத்துக்கறார். சுந்தரி அக்காவைத் திரும்ப படுக்க வைக்கறா. ஓரமா நின்னுண்டிருந்த புரோகிதர்கள் தண்ணீரை எடுத்து சுந்தரி அக்கா மேலே தெளிக்கறா.

என்னையும் இப்படித்தான் என் ஒன்பது வயசுலே செஞ் சாங்க. அம்மா என் தோளைப் புடிச்சிண்டா. அவ கண்ணிலே கண்ணீர் கொட்றது. நான் கல்லு மாதிரி உக்காந்துருக்கேன். நாவிதர் முடியை மழிச்சு அந்த இடத்தைச் சுத்தப்படுத்தறார். மொட்டைத் தலையுடன் நான் எப்படி இருக்கேன்னு பாக்க நெனைக்கறேன். ஆனால், கண்ணாடியைப் பாக்கக் கூடாதுன்னுட்டா.

என்னைச் சீக்கிரமே கூட்டிண்டுவந்து ஹோம்ல விட்டுட்டா. இங்க சில கட்டுப்பாடுகள் இருந்தாலும் சுதந்திரமா இருந்தேன். மத்தவா ஆத்துல ரொம்பக் கட்டுப்பாடுகளைச் சகிச்சுண்டு ஜெயில்லே கெடக்கற மாதிரி இருந்ததாவும் இப்ப நன்னா இருக்கறதாவும் சொன்னா.

மழையைப் பாத்துண்டிருந்தப்ப இந்த நெனைப்பெல்லாம் மனசுலே ஓடறது. மழை இன்னும் பெஞ்சுண்டுதான் இருக்கு.

நான் சிஸ்டர்னு சொன்னேனே, உடனே கிறிஸ்துவக் கன்னியாஸ்திரின்னு தோணும். அப்படி இல்லை. இவங்க பேரு ஆர்.எஸ். சுப்புலட்சுமி. இவங்களை சிஸ்டர்னுதான் கூப்டுவா. இவங்களோட அத்தை வாலாம்பாளை எல்லாரும் சித்தின்னு சொல்லுவா. சிஸ்டரும் குழந்தை விதவையா இருந்துதான் மத்தக் குழந்தை விதவைகளுக்கு எதாவது பண்ணணும்னு லிஞ்ச்–ங்கற ஐரிஷ் பெண்ணும் பிரேகர்னு ஒரு இங்லீஷ் பெண்ணும் கொடுத்த ஒத்துழைப்போட முதல்ல ஒரு அரசமரத்தடி வீட்டுல தங்கற இடம் உண்டாக்கினாங்க. பின்னாலே ஆதி காட்டேஜ், அப்பறம் திருவல்லிக்கேணில ஒரு வீடு, அதுக்கும் பின்னாலே விசாலமான பெரிய வீட்டை – அதான் ஐஸ் ஹவுஸ் வீடு – பிடிச்சாங்க. எல்லாம் குறுகின காலத்துலே நடந்துடுத்து. ஐஸ் ஹவுஸ் ஆரம்பத்துலே ஐஸ் தயாரிக்கற இடமா இருந்தது. இந்த ஐஸ் ஹவுஸ் விவேகானந்தர் மெட்ராசுக்கு வந்தப்ப தங்கின இடமாக்கும். பீச்சுக்குப் பக்கத்துலே இருக்கு. நான் ஏதோ ஹிஸ்ட்ரின்னா சொல்லிண்டிருக்கேன். ஹோம்லே இருந்த குழந்தை விதவைகளோட கதையைத் தெரிஞ்ச வரைக்கும் சொல்லிண்டு அப்பறம் என் கதைக்கு வர நெனைச்சேன். மழை ஓய்ஞ்சுண்டு இருக்கு.

கல்யாணிக்குப் பத்து வயசுலே கல்யாணம் ஆயிடுத்து. அவ 12 வயசுலே பெரிய பெண்ணாயிட்டா. அவ புருஷனும் அவனோட குடும்பமும் திருவனந்தபுரத்துலே இருக்கா. தகவல் தெரிஞ்சதும்

15 நாள்லே ருது சாந்தி பண்ணனும்னு அவா சொல்லிட்டா. இவா திருநெல்வேலி ஜில்லாவுலே ஒரு கிராமத்துலே இருக்கா. கல்யாணியோட அம்மா விஷேஷத்துக்குப் பொருட்கள் வாங்க மதுரைக்குப் போயிருக்கா. சடங்கு சமயத்துலே பாழாப்போன தந்தி வருது, கல்யாணியோட புருஷனுக்கு இன்புளூவென்ஸா வந்து அபாய கட்டத்துல இருக்குன்னு. கல்யாணியோட அப்பா தந்தியைப் பாத்துண்டு திருவனந்தபுரம் கிளம்ப ஆயத்தமாறார். அப்ப இன்னொரு தந்தி வர்றது, கல்யாணியோட புருஷன் இறந்துட்டார்னு. எல்லாரும் அழறதைப் பாத்து கல்யாணியும் அழறா.

என்ன செய்யறதுன்னு யோசிச்சு வைச்சிருந்தா. நாவிதரைக் கூப்பிட்டு முடியை மழிச்சுட்டு, விதவைக்குரிய துணியைக் கொடுக்கணும்னு முடிவு பண்ணி வச்சுருந்தா. அடுத்த நாள் மெட்ராஸ்லே இருந்து கல்யாணியோட மாமா வர்றார். கல்யாணியை மாடிக்குத் தனியா அழைச்சுண்டு போயி, கதவைச் சாத்திண்டு பேசறார். விதவையானதுக்கு உண்டான சம்பிரதாயங்களைச் செய்யாமலே கல்யாணியை மெட்ராசுக்கு அழைச்சுண்டு போறார். அங்க கிறிஸ்துவ மிஷனரிகளைக் காட்றார். அப்பறம் ஐஸ் ஹவுஸ் ஹோமுக்குக் வர்றா. கல்யாணிக்கு இந்த இடம் ஒத்துவரும்னு தோணறது. ஹோம்லே சேந்த பின்னாடி இங்கிலீஷ் பேசறது அவளுக்குப் பிரச்சினையா இருக்கு. அவ ஸ்கூலுக்குப் போறா. சீக்கிரம் இங்கிலீஷ் கத்துக்கறா. மூணு வருஷமா அவ அப்பா, அம்மா இருக்கற ஊருக்குப் போகலை. போனா ஹோமுக்குத் திரும்ப விடமாட்டான்னு அவளுக்குத் தெரியும்.

அவ சொன்னா, "மாமாவை ஜாதியை விட்டு விலக்கி வைச்சுட்டா. அவமானம் தாங்காம தாத்தா வீட்டைவிட்டு வெளியே போய்த் தலையை மழிச்சுண்டு, குடும்பம் செஞ்ச பாவத்துக்காக குத்தாலத்துலே போய் தலைமுழுகிப் பாவத்தைப் போக்கிண்டதா நெனைச்சுப் பல வருஷமா அங்கயே இருக்கார். நான் இப்ப உலகத்தைத் தெரிஞ்சுண்ட்டேன். எதிர்காலத்துலே என்ன செய்யறதுன்னு நான் தெரிஞ்சு வைச்சுருக்கேன்."

கோமதியின் கதை துயரமானது. ஹோமுக்கு வரும்போது அவளுக்கு 15 வயது. அவ குடும்பம் ரொம்பவும் ஏழைப்பட்டது. தாத்தா வயசுள்ள ஒருத்தரோட அவளுக்குக் கல்யாணம் நடக்கறது. இவ நாலாந்தாரம். கல்யாணமான சில வாரங்கள்லே

“உன் மாமனார் பேர் என்ன.”

“தெரியாது.”

“சரி, உன் ஆத்துக்காரர் பேர் என்ன.”

“நினைவிலே இல்லை.”

“பின்னே எப்படி நீ நெனைக்கிறபடி நடக்கும். அந்தச் சந்தர்ப்பத்திலே உன் மாமனார் உன் அப்பாகிட்டே அப்படி சொல்லியிருக்கலாம். இப்ப அதெல்லாம் நடக்குமா.”

“கண்டுபிடிக்க முடியுமா.”

“சரி, உன் ஆத்துக்காரர் குடும்பத்தைச் சேர்ந்தவங்க யார் பேராவது தெரியுமா. அதை வைச்சு ஏதாவது வழி கிடைக்கற தான்னு பாப்போம்.”

நேக்கு யாரைத் தெரியும். அந்தச் சின்ன வயசுலே நேக்குக் கல்யாணம்னு ஒண்ணைப் பண்ணி வச்சுட்டா. என் புருஷன் பேரைக்கூட என்னாலே சொல்ல முடியலை. டாக்டராகணும்னு எனக்கு ஆசை இருந்து என்ன செய்ய. நான் ரொம்ப நேரம் மௌனமா இருந்தேன்.

“நான் ஏதாவது வழி கிடைக்குதான்னு பாக்கறேன். நீ போ.”

நான் சிஸ்டர் ரூமை விட்டு வெளியே வந்தேன். அழுகை வந்தது. அழுதேன்.

சிஸ்டர் என்ன செஞ்சாங்கன்னா, அவங்க கஸின் ஒருத்தர் போலீஸ்லே பெரிய பதவியிலே இருக்கார். அவர் சொல்லித்தான் அப்பா என்னை இந்த ஹோம்லே சேத்தார். அதனாலே சிஸ்டர் அவருக்கு லெட்டர் எழுதினாங்க. என்னோட மாமனார் கோயம்புத்தூர்லே இருக்கிறதாவும், பேரு கல்யாணராமன், ஆனா அட்ரஸ் தெரியலைன்னும் அவர் பதில் எழுதிட்டார்.

நான் ஒரு கார்டு வாங்கி நான் இருக்கற இடத்தைத் தெரிவித்து, உதவி கேட்டு, நான் யார்ங்கிறதையும் சொல்லி எழுதினேன். அட்ரஸ் தெரியலையே. அதனாலே அவர் பெயரையும் கோயம்புத்தூர்னு ஊர் பேரையும் மாத்திரம் எழுதித் தபால் பெட்டியிலே சேத்துட்டேன்.

என்ன அதிசயம் பாருங்கோ. அப்படித்தான் சிலரோட வாழ்க்கைல அதிசயங்கள் நடக்கறது. சிஸ்டருக்கு ஒரு தந்தி வர்றது. அது என் மாமனாரிடமிருந்து வந்த தந்தி. அவரும் மாமியும் மெட்ராசுக்குக் கிளம்பி வர்றதா அந்தத் தந்தியிலே சொல்லியிருக்கார்.

என் மாமனாரும் மாமியாரும் ஹோமுக்கு வந்து சிஸ்டர் ரூம்லே உக்காந்து இருக்காங்க. நான் உள்ளே நுழைஞ்சதும் மாமியோட கண்லே கண்ணீர் வழியறது. வந்து என் கையைப் பிடிச்சுண்டா. நான் டாக்டருக்குப் படிக்க ஆசைப்படறதையும் பணத்தேவை பத்தியும் என் மாமனாரிடம் சிஸ்டர் எடுத்துச் சொன்னாங்க. என் மாமானார் மொத்தச் செலவையும் தானே ஏத்துக்கறதா ஒத்துண்டார். சிஸ்டருக்கும் ஆச்சரியம். எனக்குந்தான். அவருக்கு வயசாகிண்டு வர்றதாலே மொத்த செலவுத்தொகையையும் சிஸ்டர் கிட்டே கொடுத்துடறதாவும் என் தேவைக்கு ஏற்ப சிஸ்டர் என்னிடம் கொடுக்கும்படியும் கேட்டுண்டார். சூழ்நிலையைப் பொறுத்துக் கூடப் பணம் தேவைப்பட்டால் தெரிவிக்குமாறும் கூறினார். நல்ல மனுஷன். மாமனார் வெத்தலைப் பெட்டியைத் திறந்து வெத்தலை போட்டுண்டார். ஏற்கனவே வெத்தலை போட்டு அவர் உதடு செவந்திருந்திருக்கு. ஜரிகை வேட்டி, ஜிப்பா போட்டுண் டிருக்கார். மாமி நல்ல சிகப்பு. மடிசார் கட்டிண்டிருக்கா. வைர மூக்குத்தி மின்னறது. அவர் உயிரோட இருந்திருந்தா நானும் இப்படித்தான் இருந்திருப்பேன்போல. இப்ப நான் தனிச்சிருக்கேன். என் தங்கை ராதாவையும் கூப்பிட்டு அவாகிட்ட அவளைப்பத்திச் சொன்னேன். அவளை டீச்சராக்கப் போவதாக சிஸ்டர் சொன்னாங்க. உங்க பேரையும் ஊர் பேரையும் எழுதி அட்ரஸ் எழுதாத லெட்டர் உங்களுக்கு எப்படிக் கெடைச்சுதுன்னு சிஸ்டர் கேட்டாங்க. கோயம்புத்தூர் போஸ்ட் ஆபிசுக்கு அடுத்த வீட்லே இருப்பதால் போஸ்ட் மாஸ்டர் தன்னிடம் அந்த லெட்டரைக் கொடுத்துட்டதா மாமனார் பதில் சொன்னார்.

நேக்கு வாய்ச்ச அதிர்ஷ்டத்தைப் பாருங்கோ. நான் இப்ப டில்லியிலே இருக்கற லேடி ஹார்டிங் மெடிக்கல் காலேஜ்லே மாணவியா என்ரோல் பண்ணிப் படிச்சுண்டு இருக்கேன்.

◆◆◆

4

நேக்கு படிப்பிலேயே நாட்டம் போகலை. நீல்கமலைச் சுத்தியே மனசு போயிண்டிருக்கு. நிறுத்த முடியலை. நிறுத்த நிறுத்த மேலும் மேலும் சுத்தறது. பெரிய சுழல்லே மாட்டிண்ட மாதிரி இருக்கு. நான் பெரிய அழகியில்லை. ஆனா பாக்க லட்சணமாயிருப்பேன். எத்தனை ஆம்பளைகள் போற போக்குல என்னைப் பாத்து ரசிச்சுண்டு போறாங்கன்னு நானும் பாத்துண்டுதான் இருக்கேன். நீல்கமலும் என்னை மாதிரிதான் இருக்கணும்னு எதுவும் கட்டாயம் இல்லை. அவனோட அறிவைக் கொட்ற இடமா நான் இருக்கேன்னு அவனுக்குத் தோணலாம். நான் கல்யாணமானவ. விதவை. அவனுக்கு அவன் அழகுக்கு நெறைய அழகிகள் கிடைப்பா. நான்தான், என் மனசுதான் இப்படி அடிச்சுக்கறது.

தபால்காரன் வந்து லெட்டரைப் போட்டுட்டு போறது தெரியறது. மாடிலே இருந்து கீழே இறங்கிப் போறேன். நேக்கு வந்த லெட்டர்தான். பிரிச்சுப் பாக்கறேன். நீல்கமல்தான் எழுதியிருக்கான். நாளைக்கு பார்க்லே சந்திக்கலாம்னு எழுதியிருக்கான். எனக்கு நெஞ்சு படபடன்னு அடிச்சுக்கறது. கையை நெஞ்சுலே வைச்சுப் பாக்கறேன். டங்டங்ன்னு அடிக்கறது. கடவுளே இது என்ன வேதனை. நான் மாடி ஏறி என் அறைக்குப் போய்ப் படுத்துக்கறேன். அந்த லெட்டரை நெஞ்சுலே வைச்சுக்கறேன்.

அடுத்த நாள் நல்ல ட்ரெஸ் உடுத்திக்கணும்னு தோண்றது. அடுத்த நாள் முகத்துக்கு சோப்புப் போட்டு நல்லா அலம்பிக்கறேன். முகம் பளிச்சுனு இருக்கு. பவுடர் டப்பாவை ஒரு இடத்துலே ஒளிச்சு வச்சுருக்கேன். அதை எடுத்து லேசா முகத்துலே போட்டுக்கறேன். பளிச்சுனு

இருக்கணும். ஆனா பவுடர் போட்ட மாதிரி தெரியக்கூடாது. அப்படிப் போட்டுக்கறேன். அவன் லெட்டரை எடுத்துத் திரும்பப் பாக்கறேன். அதுலே கூடுதலா ஒண்ணும் இல்லை. இந்த இடத்திலே இத்தனை மணிக்குச் சந்திக்கலாம் என்பதைத் தவிர.

நான் பார்க்கை நோக்கி நடந்துண்டிருக்கேன். என் வாழ்க்கை எப்படிப் போகப்போறதுன்னு நேக்குத் தெரியலை. நெனச்சா பயமா இருக்கு. நேக்கு யார் இருக்கா. வாழ்க்கை பூராவுமா சிஸ்டர் கூட வருவாங்க. அவங்களாலே ஆன உதவியைச் செஞ்சிருக்காங்க. என் தங்கை அங்கே இருக்கா. அவளுக்கு நான்தான் எல்லாம். அவளை டீச்சராக்கணும். அப்பறம் அவ வாழ்க்கை எப்படியெல்லாம் போகப் போறதோ. துயரத்தை அனுபவிக்கறதுக்குத்தான் பெண்ணாப் பொறக்கறோம். பார்க் நெருங்கிடுத்து. நீல்கமல் பெஞ்சுலே உக்காந்துருக்கான். கடவுளே ஏன் இப்படி என்னைச் சோதிக்கற.

என்னைப் பார்த்ததும் எழுந்து நிக்கறான். என் கையைப் பிடிச்சுருவானோன்னு நடுக்கமா இருக்கு. கையைப் பின்பக்கமாக் கட்டிக்கலாம்னு தோணறது. ஆனா கட்டிக்கலை. பிடிச்சாப் பிடிச்சுட்டுப் போறான்னு மனசு நெனைக்கறது. அவன் நிக்கறான். நானே போய் அவன் கையைப் பிடிக்க முடியுமா. பெஞ்சிலே உக்காரச் சொல்றான். சிரிக்கறான். நீலக்கண்கள் மயக்கறது. உக்கார்றேன். என் படிப்பு, தங்குமிடம், சாப்பாடு பத்தியெல்லாம் சம்பிரதாயமா விசாரிக்கறான்.

அவன் சொல்றான்: “பெங்கால்லே ஹைமபாடி சென் ஒரு டாக்டர். அவளுக்கு ஒன்பதரை வயசுலே கல்யாணம் நடக்கறது. கணவருக்கு நாப்பத்தெஞ்சு வயசு. ஏற்கெனவே ரெண்டு பெண்களைக் கல்யாணம் செஞ்சு அந்த ரெண்டு பேரும் இறந்துட்டாங்க. ரெண்டு மகள்கள் இருக்கு. அவருக்கு ஹைமபாடியைக் கல்யாணம் பண்ணி வைக்கறாங்க. கணவர் ஈரல் கெட்டுப்போயி ஒரு வருஷத்துலே இறந்து போறார். இப்ப ஹைமபாடி ஒரு வெர்ஜின் விடோ. கொஞ்ச காலத்துலே அவரோட அப்பா, அம்மா, மாமியார் இறந்துடறாங்க. எங்கெங்கேயோ இருந்து ஹைமபாடி கஷ்டப்படறார். காசிக்குப் போய் ஒரு பள்ளிக்கூடத்துலே வேலை பாக்கறார். கல்கத்தா வர்றார். ஒரே அலைக்கழிப்பு. ஒரு கட்டத்துலே பிரம்ம சமாஜத்துலே அடைக்கலமாகறார். இளவயசுப் பெண்ணா இருக்கறதாலே ரொம்பச் சிரமப்படறார். பலரும் கண் வைக்கிறாங்க. அவளுக்கு ஸ்பான்ஸர் பண்றவா கல்யாணம் பண்ணிக்கச் சொல்றா. பிரம்ம சமாஜ மிஷனரியைச் சேந்த குஞ்சபெஹாரி சென் என்பவரைக்

கல்யாணம் பண்ணிக்கறார். அப்ப ஹைமபாடிக்கு இருபத்து மூணு வயசு இருக்கும். கல்கத்தாவுலே இருக்கற காம்ப்பெல் மெடிக்கல் ஸ்கூல்லே சேர்றாங்க. படிச்சு டாக்டரா ஆகுறாங்க. அந்தக் கணவரும் நல்ல மனுஷரா இல்லைன்னு சொல்றாங்க. நாலு மகன்களும் ஒரு மகளும் பிறக்கறாங்க. ஒரு கட்டத்துலே கணவரும் இறந்து போறார். வாழ்க்கை இப்படித்தானே போகும். இப்ப ஹைமபாடியும் உயிரோடு இல்லை. உயிரோடு இருந்தப்ப பிரபலமான டாக்டரா இருந்தாங்க."

நானும் இப்ப டாக்டருக்குத்தான் படிச்சுண்டு இருக்கேன். நீல்கமல் ஏன் இந்தக் கதையைச் சொல்றான்னு நேக்குப் புரியலை. நானும் வெர்ஜின் விடோ. ரெண்டாம் கல்யாணம் பண்ணிக்கலாம்னு நேக்குச் சொல்லித்தரானாக்கும். நான்தான் இப்படி நீல்கமலை நெனைச்சுச் சபலப்பட்டுண்டு இருக்கேன். ஆனா அவனோ கல்லு மாதிரி இருக்கான்னுதான் நேக்குத் தோண்றது. ஒருவேளை அவனுக்கும் என் மேலே சபலம் ஏற்பட்டு இப்படி சுத்தி வளைச்சுப் பேசிண்டு இருக்கானான்னும் தெரியலை.

ஹைமபாடி சென் பிராமினான்னு கேக்கறேன். அவன், இல்லை, பெங்கால்லே காயஸ்தான்னு ஒரு ஜாதி இருக்கு. அதைச் சேந்தவர்னு சொல்றான். அப்பறம் அது உயர்ந்த ஜாதின்னும் சொல்றான். ஹைமபாடி பிராமின் இல்லை. அப்பறம் பிரம்ம சமாஜத்துலே இருந்திருக்காங்க; அதனாலே ரெண்டாம் கல்யாணம் பண்ணிண்டிருப்பாங்கன்னு நான் சொல்றேன். அவன் அதுதான் விதவை மறுதிருமணச் சட்டம் இருக்கேன்னு பதில் சொல்றான். ஏதோ நானும் அவனும் விளையாடிண்டு இருக்கறோம்னு தோண்றது.

அவன் திடீர்னு பைஸ்பூர் காங்கிரஸ் கூட்டத்துலே நேரு பாராட்டிப் பேசின எம்.என். ராயைப் பாக்கப் போறேன்னு சொல்றான். எங்கேயிருக்கார்னு கேக்கறேன். டேராடூன்லே இருக்கார்னு சொல்றான். தூரமால்லா இருக்குங்கறேன். ஆமாங்கறான். எனக்கு தீடீர்னு இவன் தீவிரவாதக் குழு எதுலேயும் போய்ச் சேந்துருவானோன்னு பயம் வர்றது. யார் அந்த எம்.என். ராய்னு கேக்கறேன். அவர் பெங்காலி அர்ச்சக பிராமின் ஜாதியிலே பிறந்தவர்; ஆனா அவர் வேறுபட்டவர்; மெக்சிகோவிலே கம்யூனிஸ்ட் பார்ட்டியை உருவாக்கினவர்ங்கறான். இந்தியா வந்து கான்பூர்லே சதி வழக்குலே கைதாகி விடுதலை ஆகியிருக்கறதாவும் முற்போக்குவாதி, வித்யாசமானவர், சிறந்த சிந்தனையாளர்ன்னும் சொல்றான்.

நீ சொல்றதைப் பாத்தா நேக்கு பயமாயிருக்குன்னு சொல்லிடறேன். எனக்கு ஏன் அவன் மேலே இவ்வளவு

இன்ட்ரஸ்ட்னு நெனைப்பானோன்னு நேக்குத் தோண்றது. நான் குழம்பிண்டே இருக்கேன்னும் தோண்றது.

அவன் என்னைச் சற்றுநேரம் பார்த்தான். அப்பறம் பத்திரமாப் போயிட்டு வந்துருவேன்னு சொல்றான். நான் என்ன சொல்றதுக்கு இருக்கு. அவன் விருப்பப்படறான். போயிட்டு வர்றான். எனக்கு ஏன் சஞ்சலம் ஏற்படறது. அந்த ராய் பின்னாலே போயிருவானோன்னு நான் நெனைக்கறேன். அவர் சிறந்த சிந்தனையாளர்னு சொல்றானே. நேரு, காந்திஜி உட்பட எல்லோருமே ஜெயிலுக்குப் போனவாதானே. அவா சட்டமீறல் பண்ணி ஜெயிலுக்குப் போனவா. இவன் சதி வழக்குன்னுல்லா சொல்றான். நான் குழம்பிண்டே இருக்கேன்.

❖❖❖

5

டில்லியிலிருந்த லட்சுமி நாராயணா கோவிலில்தான் கௌரி மாமியைச் சந்திச்சேன். நான் தமிழ் பேசறவள்னு கண்டுண்டு அவாதான் என்னைப் பத்தி விசாரிச்சா.

"என்ன செய்யறேள். கூட யாரு இருக்கா."

"டாக்டருக்குப் படிக்கறேன். லேடி ஹார்டிங் காலேஜ்ல. ஹாஸ்டல்ல தங்கியிருக்கேன்."

"பொட்டு, பூ ஏதும் இல்லாமே இருக்கியே."

"ஆமா. நான் பால்ய விதவை."

"எத்தனை வயசுலே புருஷன் தவறிப்போனது."

"ஒன்பது வயசிலே."

"நேக்கு ஏழு வயசிலே கல்யாணம் ஆயிடுத்து. என் ஆத்துக்காரர் இன்னும் நன்னாத்தான் இருக்கார். கட்டை மாதிரி உடம்பு. போஸ்டல் டிபார்ட்மெண்ட்லே உத்யோகம் பாக்கறார். ஒரு பெண் குழந்தை பிறந்து, வளந்து தவறிப்போச்சு. இப்ப நேக்கு மூணு மாசம்."

யாரு கேட்டா இந்தக் கதையெல்லாம். அவாளாச் சொல்றா. புருஷன் கட்டை மாதிரி இருப்பாராம். அடுப்புலே வைச்சு எரிக்க வேண்டியதுதானே. நேக்கு இந்த மாதிரி தோணி சிரிப்பு வர்றது.

"என்ன சிரிக்கறே. பொம்மனாட்டிகள் வெளி இடங்கள்லே இப்படி சிரிக்கக்கூடாது. பாக்கறவாளுக்குச் சபலம் தட்டிடும்."

சிரிக்காம இருந்தா சபலம் தட்டாதா. ஒருவேளை சிரிப்பு சபலத்தைக் கூட்டும்போல. இவாள்லாம் தாம்பத்யத்திலே இருக்கறவா. பகவானைச் சேவிச்சுப்பா, சமையல் பண்ணுவா,

மத்த நேரத்துலேல்லாம் செக்ஸைப் பத்தி நெனைச்சுண்டு இருப்பாள்ன்னு நெனைச்சுக்கறேன்.

"நான் ஒருநாள் உன்னை எங்காத்துக்குக் கூட்டிண்டு போறேன். நீ சின்ன வயசுலேயே விதவையாயிட்டே. நோக்குச் சுகம் கிடையாது. அலங்காரம் பண்ணிக்க முடியாது. ஆனா டாக்டருக்குப் படிக்கறே. பெரிய படிப்பு. ரொம்பக் கட்டுப்பாடா இருக்கணும். பகவான் மனுஷாளுக்கு இயற்கையிலே சில உணர்ச்சிகளைப் கொடுத்துருக்கார். நீ தனியா இருக்கே. சபலம் தட்டும். அதனாலேதான் தனியா பின்கட்டுல ரோகப்படுத்தி உக்கார வைக்கறா. இப்ப தளந்துண்டு வர்றது. நீ இப்படி வெளிலே வர்றே. பல பேரைப் பாக்கறே. பாக்கறவாளுக்கும் சபலம் தட்டும். அப்பா அம்மா எல்லாம் ஊர்லே இருக்காளா."

"இல்லை. அப்பா, அம்மா காலமாயிட்டா. நான் விடோ ஹோம்லே தங்கி வளந்தேன்."

"அப்ப கேக்க ஆள் இல்லை. ரொம்ப ஜாக்கிரதையா இருக்கணும். காலேஜ் நேரம் போக மீதி நேரங்கள் பெருமாள் பேரைச் சொல்லி ஜபிச்சுண்டு உக்காந்துருக்கணும்."

நான் இந்த மாமி சொல்றதை அரைகுறையா காதுலே வாங்கிண்டு இன்னிக்கு நடத்தின பாடங்களைப் பத்தி யோசிக்க ஆரம்பிச்சுட்டேன். எல்லா மாமிகளும் இப்படித்தான் யோசிப்பா. இவாளுக்கென்ன பேசுவா. இவா புருஷன் ஒன்பது வயசுலே செத்துப்போனாத்தான் தெரியும்.

"சரி மாமி, நான் கெளம்பறேன். நீங்க சொன்ன புத்திமதியெல்லாம் நன்னா கேட்டுண்டேன். பெருமாளை ஜபிச்சுண்டே இருக்கேன்."

"இப்படித்தான் இருக்கணும். அடுத்த தடவை பாக்கறச்சே ஆத்துக்குக் கூட்டிண்டு போறேன். அவர் நன்னா பிரசங்கம் பண்ணுவார். நோக்கு ஆத்ம பலம் கிடைக்கும்."

இப்போதைக்கு தப்பிச்சாப் போறும்னு, 'நிச்சயமா வர்றேன் மாமி. நேக்கு ஆத்ம பலம் கிடைக்கணுமில்லியா'ங்கறேன்.

வாயெல்லாம் பல்லா, 'இப்படித்தான் இருக்கணும்'னு சொல்றா. நான் கிண்டலா சொல்றேன்னுகூடத் தெரியலை. வர்றேன் மாமின்னு சொல்லிண்டு கிளம்பறேன்.

இன்னொரு நாள் கௌரி மாமிகிட்ட மாட்டிண்டேன். மாமியைப் பாத்தா கண்லே படாம மறைஞ்சுக்கணும்னு நெனைச்சேன். எப்படியோ கண்லே பட்டுட்டேன். எங்கிருந்தோ வந்து என் முன்னால நிக்கறா.

“என்னடீ, நன்னாருக்கியா. பெருமாளை சேவிச்சுண்டியா.”

“நல்லாருக்கேன் மாமி. சேவிச்சுட்டேன் மாமி.”

“இப்ப என்னோட வா. ஆத்துக்குக் அழைச்சுண்டு போறேன். அவரும் ஆத்துலேதான் இருப்பார். உன்னைப் பத்திச் சொன்னேன். கூட்டிண்டுவரச் சொன்னார்.”

“வேண்டாம் மாமி. நேக்கு வேற சில வேலைகள் இருக்கு.”

“என்ன வேலை நோக்கு. அதை அப்பறம் பாத்துக்கோயேன். வந்து எட்டிப்பாத்துட்டுப் போயிடு. பக்கத்துலேதான் இருக்கு.”

இங்கிதம் தெரியாத மனுஷியா இருக்கா. வர விருப்பமில்லைங்கறதைப் புரிஞ்சுக்க வேணாம். என்னை இழுத்துண்டு போற மாதிரின்னா கையைப் பிடிச்சு இழுக்கறா. சரி, போய்த் தொலைவோம், இன்னையோட இந்தக் கோயிலுக்கு வர்றதையே விட்ருவோம்னு நெனைச்சுண்டு கூடப் போறேன். இதோ பக்கத்துலேதான் இருக்குன்னு கூட்டிண்டு போறா. வீடு வரலை. அவா அடிக்கடி இந்தக் கோயிலுக்கு வர்றதாலே பக்கத்துல இருக்கற மாதிரி அவா மனசுக்குத் தோணும்.

இதுதான் வீடுன்னு மாமி சொல்றா. வீடு பெரிய வீடா இருக்கு. உள்ளே வான்னு கூப்பிடறா. மாமி சிரிச்சா வாயெல்லாம் பல்லாயிடுத்துன்னு சொல்வாளே, அதான் நெனைவுக்கு வர்றது. அகண்ட வாய். முகமெல்லாம் சிரிப்பு. வீட்டுக்குள்ள நுழையறோம். ஊஞ்சல்லே ஒருத்தர் உக்காந்து காலைத் தரையிலே வைச்சு நெம்பி நெம்பி ஊஞ்சலை ஆட்டிண்டு இருக்கார். அவர் என்னைப் பாத்ததும், ‘நான் சொன்னேனே இவதான் அந்த லலிதா. டாக்டருக்குப் படிக்கறா’ங்கறா மாமி.

அவர் உடம்பு மாமி சொன்னா மாதிரி கட்டையாட்டம்தான் இருக்கு. என்னைத் தலையாட்டி வரவேற்கறார். உக்காரச் சொல்லிண்டு உள்ளே போய் சட்டையை மாட்டிண்டு வர்றார். இந்த உடம்புக்கு நோயே அண்டாது போலிருக்கு. மாமி தீர்க்க சுமங்கலிதான். மாமாதான் சாமான்யத்துலே மேலோகம் போகமாட்டாரே.

நான் அறையைச் சுத்திப் பாக்கறேன். நெறையப் படங்கள் மாட்டிருக்கா. அதுலே காந்திஜி படமும் இருக்கு. இந்தியாவுலே பெரிய தலைவர் காந்திஜிதான். நல்லவரோ கெட்டவரோ, பழமையான நம்பிக்கையுடையவரோ புதுமையான சிந்தனைகள் உள்ளவரோ எல்லாருக்கும் வேண்டப்பட்டவரா காந்திஜிதான் இருக்கார். இது அதிசயம்தான்.

“அம்மாடி. லேடி ஹார்டிங் காலேஜ்லே டாக்டருக்குப் படிக்கறதா கௌரி சொன்னா. மெட்ராஸ்லே இருந்து இவ்வளவு தூரம் வந்து படிக்கறதுன்னா நோக்கு எவ்வளவு லட்சியம், ஆர்வம் இருக்கணும்னு புரிஞ்சுண்டேன். பூர்வீகம் எங்கே. தகப்பனார் என்ன பண்ணினார்.” அந்த மாமா கேக்கறார்.

நான் தலையெழுத்தேன்னு என் பூர்வீகம், என் அப்பா, அம்மா, ஹோம், இங்கே படிக்க வந்ததுன்னு எல்லாத்தையும் சுருக்கமாச் சொல்றேன்.

“நமக்குச் சில பழக்கவழக்கங்கள் வைச்சுருக்கா. அதுலே ஒண்ணுதான் வைதவ்யம். இப்ப எல்லாம் மாறிண்டு வர்றது. இதோ நீ விதவைதான். மெட்ராஸ் மாகாணத்துலே இருந்து டில்லி வந்து ஹாஸ்டல்லே தங்கிப் படிக்கறே. இதுக்கு என்ன அர்த்தம். காலம் மாறிண்டு வர்றதுன்னு அர்த்தம். என் உத்யோகத்திலே என்னை எந்த ஊருக்குப் போடறாளோ அந்த ஊருக்குப் போயி நான் உத்யோகம் பாக்கணும். இந்த ஊர் பொல்லாத ஊர். பாத்து நடந்துக்கணும். மத்தவாளை நெருங்க விடக்கூடாது. நாமளும் சபலப்படாம இருக்கணும்.”

“ஆமா மாமா. நானும் வைராக்கியத்தோட தினம் கடவுளைப் பிரார்த்தனை பண்ணிண்டு மனசை ஒருமுகப் படுத்தி வைச்சுண்டிருக்கேன். மனசைக் குரங்குன்னு சொல்லுவா. என்னைப் பொறுத்தவரை மனசு நேக்குக் கட்டுப்பட்டது.” தத்துவவாதி மாதிரி அடிச்சுவிடறேன். எங்கே எப்படி பேசறதுன்னு நானே கத்துண்டேன். இவாள்டேயெல்லாம் போய் வாதம் பண்ணிண்டு இருக்கக்கூடாது. அப்பறம் நேக்குப் படபடப்பு வரும். அவா வாதம் பண்ணிண்டே இருப்பா.

‘கௌரி காபி கொண்டுவா’ என்கிறார் மாமா. மாமி அடுப்படிக்குப் போறா. மாமா ஊஞ்சலை ஆட்டிண்டே ஏதேதோ பேசிண்டு இருக்கார். இந்த ஊரைப்பத்தி, அரசியலைப்பத்தி, பழக்க வழக்கங்கள் பத்தி . . . நேக்கு மண்டையிலே எதுவும் ஏறலை. நான் அவர் பேசறதைக் கேட்டுண்டு இருக்கறாப்ல உக்காந்து இருக்கேன். பேசறவாளுக்கு எதுத்தாப்லே ஒருத்தர் கேக்கறாப்போல உக்காந்து இருந்தா போதும். பேசிண்டே இருப்பா.

மாமி காபி கொண்டுவந்து வைக்கறா. மாமா ஊஞ்சலில் ஆடறதை நிறுத்திட்டு காபி டம்ளர், டவராவை வைக்கறார். என் முன்னாலே ஒரு ஸ்டூல் போட்டு அதுல காபியை வைக்கறா மாமி. நானும் எடுத்து காபியைக் குடிக்கறேன். மாமா சூடு பத்தலைன்னு சொல்லிண்டே குடிக்கறார். நேக்குச் சூடா இருக்கற மாதிரி தெரியறது. இதுக்கு மேல சூடா இருந்தா நேக்கு உதடு புண்ணாயிரும்.

“பின்னாலே முருங்கைமரத்திலே முருங்கைக்காய் காய்ச்சுத் தொங்கறது. சமையலுக்குப் பறிச்சுண்டு வர்றேன். லலிதா, இங்கே சாப்பிடறியா”ங்கறா மாமி.

நான் அவசரமா, “இல்லை மாமி. மெஸ்சுலே போயி சாப்பிடணும். இல்லேன்னா அவா கேள்வி கேப்பா”ங்கறேன்.

மாமி முருங்கைக்காய் பறிக்கப் போறா. ‘லலிதா, வா பூஜை ரூமுக்குப் போவோம்’னு சொல்லிண்டு ஊஞ்சலை விட்டு மாமா எழுந்துக்கறார். நானும் எழுந்து அவர் பின்னாடியே போறேன். பூஜை ரூம் கடவுள் படங்களோட இருக்கு. பூஜைக்கான உபகரணங்களும் இருக்கு. அங்க விரிச்சிருந்த பாய்லே மாமா உக்காந்துக்கறார். என்னையும் உக்காரச் சொல்றார். நானும் இடைவெளி விட்டு உக்காந்துக்கறேன். அவர் மணி அடிச்சுண்டே ஏதோ மந்திரம் சொல்றார். நான் வேற வழியில்லாம உக்காந்திருக்கேன். நல்ல வாழ்வு அமைய வேண்டிக்கோன்னு சொல்றார். நானும் வேண்டிக்கறேன்.

அவர் எழுந்து நிக்கறார். ‘மாமா என்னை ஆசீர்வாதம் பண்ணுங்கோ’ன்னு அவர் கால்லே விழறேன். அவர் என் ரெண்டு தோள்களையும் அழுத்திப் பிடிச்சுத் தூக்கறார். அப்படியே அவரோட மார்புலே என்னை அணைச்சுக்கறார். நான் பதறி விலகிக்கறேன். நேக்கு என்ன செய்றதுன்னு தெரியலை. நான் பேசாம இருந்தா நான் இவர் செய்கையை ஏத்துண்டேன்னு நெனைச்சுப் பின்னாடி தொல்லை பண்ணுவாரேன்னு தோண்றது.

‘மாமி என்னைக் காப்பாத்துங்கோ’ன்னு ஓங்கிக் கத்தறேன். வெளியிலே ஓடி வர்றேன். மாமி புழக்கடையிலே இருந்து ஹாலுக்கு ஓடி வர்றா. நான் மாமியைப் பாத்தும் பாக்காத மாதிரி ‘ஓ’ன்னு அலறிண்டே ஹாலைத் தாண்டி வெளில ஓடறேன். மாமி வந்து மாமாவை ஏதோ திட்டறா.

நான் ரோட்டுக்கு வந்து ஓட்டத்தை நிறுத்தி ஆசுவாசப் படுத்திக்கறேன். நல்ல வேளை. தப்பிச்சுண்டேன். ஆம்பளைகளுக்குச் சபலபுத்தி உடம்போட ஒட்டி இருக்கு. எப்படா சந்தர்ப்பம் கிடைக்கும்னு இருப்பா. சந்தர்ப்பம் கிடைச்சுதுன்னா இப்படித்தான் நடந்துப்பான்னு நேக்குத் தோண்றது. இனிமே அந்தக் கோயில் பக்கமே போகக் கூடாதுன்னு வைராக்கியம் எடுத்துண்டேன்.

எந்த ரூபத்துலேயெல்லாம் சிக்கல் வர்றதுன்னு நெனைக்கறப்ப என் மேலேயே நேக்குப் பரிதாபம் ஏற்படறது.

◆◆◆

6

இந்தச் சம்பவம் நடந்து ஒரு வாரம் ஆறது. ஒரு லீவு நாள். ஜன்னல் வழியா பூச்செடிகளைப் பாத்துண்டு உக்காந்துருக்கேன். லீவு நாள்ங்கற தால எல்லாமே லேட்டுதான். படுக்கையிலிருந்து எழுந்ததிலிருந்து மெஸ்சுக்குச் சாப்பிடப் போற வரைக்கும் லேட்டுதான்.

குளிக்கறச்சே இந்த உடம்பாலேதானே பெண்களுக்கு வாழ்க்கை பூரா பிரச்சினைன்னு தோண்றது. குளிச்சு முடிச்சு மெஸ்சுலே போயி சாப்பிட்டு வந்து மறுபடியும் பூக்களைப் பாத்துண்டு உக்காந்திருக்கேன். விசிட்டர்ஸ் ஹால்லே என்னைப் பாக்க ஒரு அம்மா வந்திருக்கிறதா தகவல் வர்றது. நேக்கு ஆச்சரியம். நேக்கு இப்படி யாரையும் தெரியாதேன்னு யோசிச்சுண்டு விசிட்டர்ஸ் ஹாலுக்கு வந்து பாத்தா கௌரி மாமி உக்காந்திருக்கா. நேக்கு திக்குன்னு இருக்கு. மாமி முகத்துலே – முகம் பூராவும் சிரிப்பா இருக்குமே – சிரிப்பே இல்லை. சோகமா சிந்தனையோட உக்காந்துருக்கா.

என்னைப் பாத்ததும் எழுந்து நின்னு கையைப் பிடிச்சுக்கறா.

“மன்னிச்சுக்கோ லலிதா. உன்னை ஆத்துக்குக் கூட்டிண்டு போனது நான் பண்ணின தப்பு. அவரை ராமர்னு நெனைச்சிண்டிருந்தேன். என் நெனைப்புலே மண்ணை அள்ளிப் போட்டுட்டார். க்ஷணப்பித்தம்னு சொல்லி வார்த்தையை வைச்சு வெளையாடறார். இவரை மீறி, இவருடைய இச்சையில்லாமே கொஞ்சநேரத்துலே பித்தம் வந்ததாம். என் தகப்பனாருக்குக் கணக்கு சரியா வராது. அப்பல்லாம் ‘கண்ணைக் கட்றது’ன்னு சொல்வார். இவர் திறமையா இருக்காராம். ஆனா ஏதோ வந்து கண்ணைக் கட்றதாம். இப்படித்தான் வார்த்தையை வைச்சு உருட்டி வெளையாடுவா. நாம

பதில் பேச வழியில்லாமப் பண்ணிடுவா. தப்புப் பண்ணிட்டேன்; அது க்ஷணப்பித்தம்னு லெச்சர் அடிக்கறார். புராணத்துலே இதிகாசத்துலே இருந்தெல்லாம் உதாரணம் காமிக்கறார். நான் நல்லா திட்டிவிட்டுட்டேன். 'உங்க வாக்குச் சாதுர்யத்தைக் காம்பிக்காதேள். நமக்கு ஒரு பெண் குழந்தை பிறந்து, வளந்து தவறிப்போயிடுத்து. இன்னொரு குழந்தை பெண்ணோ ஆணோ என் வயித்துலே உருவாயிருக்கு. அவ சாபம் கொடுத்தான்னா நமக்குச் சந்ததியில்லாமே போயிரும்'னு சொன்னதுக்கு அப்பறம் யோசிக்கறார். அவளைப் பாத்து மன்னிப்புக் கேளுடின்னு அனுப்பி வைக்கறார். அவர்தான் மன்னிப்புக் கேக்கணும். ஆம்பளையா வந்து மன்னிப்பு கேக்கறது, அவாளுக்குக் கௌவரக் குறைச்சல். நான் வந்துருக்கேண்டியம்மா உன்னிடம் மன்னிப்புக் கேக்க."

"என்ன மாமி பெரிய வார்த்தையெல்லாம் சொல்றேள். நான் எதுக்கு சாபம் போடறேன். நான் என்ன அவ்வளவு சக்தி உள்ளவளா."

"அப்படி சொல்லாதேடி. உன் வயித்தெரிச்சல்லே எங்களைத் திட்டுவே. அதுதான் சாபம். அது எங்களைப் பாதிச்சுடும். நான் மன்னிப்புக் கேட்டுக்கறேன்."

மாமி அழற மாதிரி இருக்கா. எனக்குத்தான் இப்ப தர்மசங்கடத்தை உருவாக்கிட்டா. நான் என்ன சொல்றது. மாமிக்குன்னு சில சிந்தனைகள் இருக்கு. காலங்காலமா, தலைமுறை தலைமுறையா சில எண்ணங்களைச் சந்ததிக் கெல்லாம் கடத்திண்டு வருவா. அவா பாஷையே வேற.

"மாமி நீங்க வயசுலே பெரியவா. உங்களை நான் மன்னிக்கறதா. உங்க மனத்திருப்திக்காக நான் மன்னிச்சுடறேன். பின்னாலே ஏதாவது அசம்பாவிதம் நடந்துதுன்னா என்னோட கோபம்தான் காரணம்னு நெனைக்காம இருப்பேள். இப்ப அதுக்கு இது சரியாப் போயிடுத்து."

இப்பத்தான் மாமி முகத்துலே தெளிவு பிறக்கறது. வயித்துலே குழந்தை இருக்கோல்லியோ. பயம் வர்றது. இவாள்ளாம் இப்படித்தான் யோசிப்பா. உண்மையைச் சொல்லப்போனா இந்த மாமியோட பேசறப்ப நான் என்னையறியாமே தமாஷா பேசறேன்னு தோணறது.

"மாமி உங்க அழகுக்கும் வடிவத்துக்கும் பேச்சு சாதுர்யத்துக்கும் சிரிச்ச முகத்துக்கும் வேற பொம்பளை நெனைப்பு ஆத்துக்காரருக்கு வரக்கூடாது."

மாமி முகத்துலே சிரிப்பு வர்றது. என்ன நடந்துதுன்னு மாமி கேக்கறா.

மாமி ஏதோ பெருசா நடந்ததா நெனைச்சுண்டிருக்கலாம். ஆத்துக்காரர் அதை மறைச்சுண்டு சொல்றதா மாமி நெனைச்சிருக்கலாம். எங்கிட்ட கேட்டுத் தெரிஞ்சுக்கலாம்னு நெனைக்கறா. நான் உண்மையைச் சொன்னா அது அவாளோட கற்பனைக்குச் சம்பந்தமில்லாததா இருக்கலாம். நானும் சுதாரிச்சுக்கறேன்.

"மாமி நான் என் வாயாலே அதைச் சொல்ல விரும்பலை. க்ஷணப்பித்தம்னே நெனைச்சுக்கோங்கோ. இப்ப இந்தப் பிரச்சினை முடிஞ்சது. இன்னமும் மனசு சாந்தியாகணும்னா கடவுளோட திருவிளையாடல்னு நெனைச்சுக்கோங்கோ. அவ்வளவுதான் நான் சொல்ல விரும்பறது."

"நல்ல அறிவாளியா பேசற. நல்ல அறிவு இருக்கு நோக்கு. பகவான் உனக்கு எல்லாச் சௌகர்யத்தையும் கொடுப்பார். என்னைப் பாத்துட்டுத் திட்டுவேன்னு நெனைச்சு வந்தேன். நீ முதிர்ச்சியா நடந்துக்கறே. நான் ஒரு வளவளா கொழகொழா கேசு. நிறையப் பேசறேன். எம்மேலே வெறுப்பை உருவாக்கிக்காதே."

நான் நெனைச்சுக்கறேன். நானே ஒரு பெரிய வளவளா கொழகொழா கேசு. இந்த மாமி பழசான மனசு உள்ளவள்னு நேக்குத் தெரியறது. என் மனசு இவாளுக்குத் தோதா பேசறதுக்குத் தயாராயிடுத்து. என் சிந்தனை வேற.

"மாமி உங்காத்துல சாப்பிட்ட காபி நன்னா இருந்தது. சில பேருக்குத்தான் அந்தப் பக்குவம் வரும். உங்க கைக்கு காபி கட்டுப்பட்டுக் கெடக்கறது. அவ்வளவு ருசி. மெஸ்சுலே காபி நேரம் முடிஞ்சுடுத்து. உங்களுக்குக் கொடுக்க முடியலை."

"பரவாயில்லே. உன்னை மாதிரிதான் என் காபியைக் குடிச்சவா எல்லாம் என்னைப் புகழறா. நான் மத்தவா மாதிரித் தான் காபி போடறேன். அதே பால் அதே காபி பவுடர். ஆனா ருசியா வந்துர்றது. அதான் கௌரியோட திறமை. எங்காத்துக்கு ஒருநாள் சாப்பிட வா"ங்கறா. முகமெல்லாம் சிரிப்பு.

"இல்லை மாமி. தப்பா நெனைச்சுடாதேள். நேக்கு மாமா முகத்தைப் பாக்க விருப்பமில்லை. இந்த விஷயம் முடிஞ்ச விஷயமா இருக்கட்டும். நான் அந்தக் கோயிலுக்கும் வரப்போறதில்லை. நீங்களும் என்னைப் பாக்க வர வேண்டாம். கடவுளோட பிராப்தி இருந்தா எங்கேயாவது எப்பவாவது அகஸ்மாத்தா சந்திச்சா பேசிப்போம். அதான் நேக்கு விருப்பம். இந்த விஷயத்தை ஞாபகப்படுத்துற மாதிரி நாம நடந்துக்க வேண்டாம்."

“சரி லலிதா. உன் விருப்பம். உன் மனசிலே இருந்த கோபம் தணிஞ்சுருச்சு இல்லையா. என் வயித்துலே மூணு மாசக் குழந்தை இருக்கு. ரொம்பக் காலம் கழிச்சு உருவாயிருக்கு.”

“என்ன மாமி, திரும்பத் திரும்ப இதையே சொல்லிண்டிருக்கேள். உங்க வயித்துல இருக்கற குழந்தையை ஏன் இந்த சம்பவத்தோட கனெக்ட் பண்றேள். அதுக்கும் இதுக்கும் சம்பந்தமில்லைன்னு நெனைங்கோ. அப்பதான் மனசு குழப்பமில்லாம இருக்கும். குழந்தை நல்லா உருவாகி உங்களுக்குச் சுகப்பிரசவமாகி நீங்க விரும்பற குழந்தை பிறக்கும். அதைப்பத்தி யோசனை பண்ணி அதோட மத்த விஷயங்களை – என் விஷயம் மட்டுமில்லை – வேற ஏதாவது விஷயங்களையும் கனெக்ட் பண்ணி குழம்பாம இருங்கோ மாமி.”

“நேக்கு ஆண் குழந்தைதான் விருப்பம். ஆண் குழந்தை வேணும்னு வேண்டிண்டு இருக்கேன்.”

“நீங்க பெண்தானே. எல்லாரும் இப்படி நெனைச்சா . . . அப்பறம் பெண் குழந்தை பொறந்தால் அது மேலே வெறுப்பு வரும். பாசம் வராது. பாரமா இருக்கான்னு தோணும்.”

“நாட்டு நடப்பு அப்படி இருக்கே. முதல்லே பெண் குழந்தை நேக்குப் பிறந்தப்ப எல்லாரும் கரிச்சுக் கொட்டினா. என் ஆத்துக்காரரே ரெண்டு நாள் கழிச்சுத்தான் குழந்தையைப் பாக்க வந்தார். எல்லாரும் கரிச்சுக் கொட்டினதாலேயோ என்னவோ அவ வளந்து தவறிட்டா. இப்பத் திரும்பவும் பெண் குழந்தை பிறந்தா ஆத்துலே யாரும் விரும்பமாட்டா. என் சந்தோஷமெல்லாம் போயிரும்.”

நேக்கு மாமியைப் பாத்தா பரிதாபமா இருக்கு. இது எல்லா கர்ப்பிணிகளுக்கும் இருக்கற பிரச்சினை. பெண் குழந்தைன்னா எதுக்குப் பயப்படணும்; துணிஞ்சு நிக்கணும்னு பேசினா இன்னும் குழம்பிப்போவா. எந்தக் குழந்தைங்கிறது நம்ம கையிலேயா இருக்கு. பொறந்த பின்னாலதானே தெரியும். நான் மாமிக்குத் தைரியம் சொல்றேன்.

“மாமி, உங்களுக்கு ஆண் குழந்தைதான் பிறக்கும். சுகப்பிரசவம்தான் நடக்கும்.”

“சாபம் கிடைக்கும்னு நெனைச்சேன். வரம் கெடைச்சுருக்கு. உன் வாக்கு பலிக்கட்டும். நேக்கு இப்ப உற்சாகமா இருக்கு”ங்கறா. முகமெல்லாம் சிரிப்பு.

மாமி எழுந்துக்கறா. நானும் எழுந்துக்கறேன். என் கையைப் பிடிச்சுண்டு, “அந்த மனுஷனைச் சந்தர்ப்பம் கிடைக்கறப்

பல்லாம் திட்டிண்டு இருக்கேன். இனிமேலும் திட்டுவேன். நான் கூட்டிண்டு வந்த பெண்ணிடம் தப்பா நடந்துண்டது எவ்வளவு பெரிய நம்பிக்கைத் துரோகம்"ங்கறா.

"திட்ற அளவுக்கு உங்களுக்குச் சுதந்திரம் கொடுத்துருக்காரே மாமி. உங்க அழகும் வடிவமும்தான் இந்தச் சுதந்திரம் கொடுக்கறதுக்குக் காரணம்"ன்னு சொல்லி மாமியைக் குஷிப்படுத்தறேன்.

மாமி வெட்கப்பட்டுச் சிரிக்கறா. முகமெல்லாம் அதே சிரிப்பு. "ஆண் குழந்தைன்னு நல்ல வாக்குச் சொன்னே. போயிட்டு வரேன்."

'என் வாக்கு பலிக்கும்'னு ஒரே போடாப் போடறேன். மாமிக்குச் சிரிப்பு தாளலை. கையை ஆட்டிண்டே போறா. க்ஷணப்பித்தம்ங்கற வார்த்தையை யார் கண்டுபிடிச்சான்னு தெரியலை. தப்பிச்சுக்கறதுக்கு சேப்டியான வார்த்தை.

◆◆◆

7

நீல்கமலிடமிருந்து லெட்டரே வரலை. நான் எதிர்பாத்துண்டே இருக்கேன். போஸ்ட் மேன் கிட்ட கூடக் கேட்டுப் பாத்தேன். வந்தால் கொடுத்துருவேன் அம்மாங்கறான். நேக்கு அவன் தங்கியிருக்கற இடத்துலே போயி விசாரிக்க லாம்னு தோண்றது. ஒரு பெண் வந்து தேடிட்டுப் போறான்னு நெனைச்சு ஏதோ கற்பனை பண்ணிண்டு ஏதாவது கதையைக் கட்டிவிட்டுரு வாளோன்னு தோண்றது. தூக்கம் வரமாட்டேங்றது. அவனுக்கு என்ன ஆச்சோன்னு மனசு பலவிதமாக் கற்பனை பண்ணிண்டு தவிக்கறது.

ஒருநாள் லெட்டர் வர்றது. டெல்லி வந்த பிறகு அப்பாவுக்கு உடல்நிலை சரியில்லைன்னு கல்கத்தா போயிட்டதாகவும் என்னைப் பத்திய நெனைப்பாவே இருக்கறதாவும் சீக்கிரம் வந்துரு வேன்னும் எழுதியிருந்தான். என்னைப் பத்திய நெனைப்பாவே இருக்குங்கற வரியை மட்டும் நூத்துக்கு மேலே பல தடவை படிச்சேன். சந்தோஷமா இருந்தது. இந்த மொட்டை வார்த்தைக்கு என்ன அர்த்தம். என்னை நெனைச்சுண்டு இருந்திருக் கான்னு அர்த்தம். இதை வைச்சு நான் அவன் மனசுலே இருக்கேன்னு நெனைச்சுக்கறேன். லெட்டர் பின்னாலே அவன் கல்கத்தா அட்ரஸ் இருந்தது. நானும் உன்னையே நெனைச்சிண்டு இருக்கேன்னு பதில் லெட்டர் போடலாம்னு தோண்றது. இதை நெனைக்கறப்பவே சந்தோஷமா இருக்கு. ஆனா நான் லெட்டர் எழுதி அது கல்கத்தா போற நேரத்துலே அவன் கிளம்பி இங்கே வந்துட்டான்னா லெட்டர் யார் கைக்கோ போயிரும்னு தோண்றது. 'ஐ யாம் வெயிட்டிங் பார் யூ'ன்னு தந்தி கொடுக்கலாம்.

எல்லாம் தப்பாப் போயிரும். நான் விதவைங்கறதை நெனைக்காம கல்யாணம் ஆகாத பெண் மாதிரி ஏதேதோ யோசிச்சுண்டிருக்கேன். இந்த எண்ணம் வந்ததும் என் கண்லே என்னை மீறிக் கண்ணீர் வந்துடுத்து. தொடச்சுக்கறேன்.

ஜன்னல் வழியா பாக்கறேன். பூச்செடிகள் இருக்கு. பூக்களைப் பாக்கறதுலே மகிழ்ச்சி இருக்கு. ஆனா அதோட ஆயுள் கம்மி. அப்பறம் புதுப்பூக்கள். என் வாழ்க்கையோட எதிர்காலத்தை நெனைச்சா நேக்கு வழியே தெரியலை. வாழ்க்கை போற போக்குலே போகட்டும். நான் டாக்டருக்குப் படிக்கணும்னு ஆசைப்பட்டேன். நடந்துண்டு இருக்கு. இடையிலே நீலக்கண்ணன் வர்றான். அவன் பெங்காலி. நான் தமிழ். இப்படி ஏதேதோ தோண்றது. நானும் நீலக்கண்ணனும் கல்யாணம் பண்ணிண்டு டெல்லியிலேயே இருந்துடறோம்னு கற்பனையும் வர்றது. யோசிச்சு யோசிச்சுத் தலை வலிக்கறது.

காலேஜ், படிப்பு, ஜன்னல் வழியா தெரியற மலர்கள், நீல்கமலோடு பேசற மாதிரி அவனோட சேந்து எங் கெங்கையோ போற மாதிரி கனவோ கற்பனையோ... இதோடு வாழ்ந்துண்டிருக்கேன். பத்து நாள் கழிச்சு அவங்கிட்டேயிருந்து லெட்டர் வர்றது. அவசரமாப் பிரிச்சுப் பாக்கறேன். நாளைக் கழிச்சு – தேதி எழுதியிருக்கான் – பார்க்லே வழக்கம்போல சந்திப்போம்னு எழுதியிருக்கான். நான் அந்த லெட்டரைக் கையிலே வச்சுண்டு கையையும் காலையும் அசைச்சு டான்ஸ் ஆடறேன்.

அந்த நாளும் வர்றது. நான் பூ வைச்சுக்கப்படாது. பொட்டு வைச்சுக்கப்படாது. டம்பமான புடவை கட்டிக்க முடியாது. அழகான காட்டன் புடவைகள் வைச்சுருக்கேன். அதைக் கட்டிக்கணும்னு நெனைக்கறேன். தெரியாத மாதிரி பவுடர் போட்டுக்கறேன். ரொம்ப நாள் கழிச்சு நீல்கமலைப் பாக்கப் போறேன். எம்.என். ராயைப் பாத்தானா, என்ன அபிப்பிராயங்களோட இருக்கான்னு கேக்கணும்; அவனோட அப்பாவுக்கு உடம்பு எப்படியிருக்குன்னு கேக்கணும்; அப்பறம் அவன் படிப்பு சம்பந்தமா, என் படிப்பு சம்பந்தமா... இப்படி ஒரு பட்டியல் போடறேன். பாதங்களை நல்லா சோப்புப் போட்டு அலம்பறேன். கொஞ்ச நாளாவே பாதங்களை சோப்புப் போட்டு விரலிடுக்கெல்லாம் கையைவிட்டுத் தேச்சுச் சுத்தமா வைச்சுக்கறேன். நீல்கமல் என் பாதத்தைப் பாக்கறதை ஒருநாள் பாத்தேன். பக்கத்துப் பக்கத்துலே உக்காந்துக்கிறதாலே கழுத்தைத் திரும்பி முகத்தைப் பாக்கறது கஷ்டம். பாத்தாலும் முழு முகமும் தெரியாது. பக்கவாட்லேதான் தெரியும். குனிஞ்சு பேசறச்சே நீல்கமல் என் பாதத்தைப் பாத்தான். இப்ப பாதம் மினுமினுன்னு

இருக்கு. ஆனா செருப்புப் போட்டிருந்தாலும் எங்கிருந்தோ தூசி வந்து படியறது. தழையத் தழைய புடவை கட்டிண்டா பாதம் சரியா தெரியாது. எப்படியிருந்தாலும் ஏதாவது டிபிகல்டி வந்துடறது.

நான் நடந்து போயிண்டு இருக்கேன். பார்க் தெரியறது. குனிஞ்சு பாதங்களைப் பாக்கறேன். தூசு அப்படி ஒண்ணும் படியலை. அவன் பார்க்லே வழக்கமா உக்கார்ற பெஞ்சுலே உக்காந்துருக்கான். எழுந்து நின்னு என்னைப் பாத்துக் கையை ஆட்டிச்சிரிக்கறான். நானும் கை ஆட்டிச் சிரிக்கறேன். 'நீலக்கண்ணா எப்படியிருக்கே'ன்னு மனசுக்குள்ளே கேட்டுக்கறேன். பக்கத்துலே போயிட்டேன். ரொம்ப நாள் கழிச்சு பாக்கறோமே. கையைப் பிடிச்சுக் குலுக்குவான்னு எதிர்பாத்தேன். ஆனால் அவன் அப்படிச் செய்யலை. நட்பா சிரிக்கறான். இளைச்சுப்போன மாதிரி தெரியறதுன்னு என்னைப் பாத்துச் சொல்றான். 'ஆமா உன்னைப் பாக்காததினாலே இளைச்சுப் போயிட்டேன்'ன்னு மனசுக்குள்ளே சொல்லிண்டு நானும் நட்பாய்ச் சிரிக்கறேன். ரெண்டு பேரும் பெஞ்சுலே உக்காந்துக்கறோம். அவன் அப்பா உடல்நிலை பத்தி, குடும்பம் பத்தி விசாரிக்கறேன். அவன் என் படிப்பு, சௌகர்யம் பத்தி விசாரிக்கறான். எம்.என். ராயைப் பாத்தாச்சான்னு கேக்கறேன். அவன் என் பாதங்களைப் பாத்துண்டிருக்கான். நான் அதைக் கவனிச்சுட்டேன்.

அவன் சொல்றான்: "அவர் பெரிய அறிவாளி. ரஷ்யாவிலே லெனின், டிராட்ஸ்க்கி, ஜோசப் ஸ்டார்லின் ஆகியோரோடு சித்தாந்த ரீதியா உரையாடியிருக்கார். பல நாடுகளுக்குப் பயணம் பண்ணியிருக்கார். நேருவுக்கு அவர் மேலே தனி மரியாதை. சதி வழக்குலே பன்னிரெண்டு வருஷம் ஜெயில் தண்டனை போட்டுட்டாங்க. பின்னாடி அஞ்சு வருஷம் நாலு மாசத்துலே விடுதலை பண்றாங்க. பற்கள் விழுந்து காது வலியோடு பலகீனமா வெளியே வர்றார். உடல்நிலை சரி செய்யறதுக்கு அவரை நேரு அலகாபாத்துக்கு வரச் சொல்றார். அதுக்கப்பறம்தான் பைஸ்பூரில் நடந்த காங்கிரஸ் செசன்லே அவரை கௌரவிச்சு நேரு பேசறார். ஆனால் ராயினுடைய வழி தனிவழி. அவர் காந்தியோட ஒட்டமாட்டார், நேருவோடையும் ஒட்டமாட்டார். இப்ப ராடிக்கல் டெமாக்ரடிக் பார்ட்டின்னு ஒண்ணு ஏற்படுத்தியிருக்கார். அவர் சிந்தனாவாதி. ஒரு இயக்கத்தைக் கட்டவோ அதுக்குத் தலைவரா இருக்கவோ அவரால முடியாது. அவர் யோசிச்சுண்டே இருப்பார். விவாதம் பண்ணிண்டே இருப்பார். அவரைப் பின்தொடர்றது கஷ்டம். மூளை குழம்பிடும்." இப்படியெல்லாம் பேசிண்டு போறான். என்னைத் தவிக்கவிட்டு ராய் பின்னாடி போயிடுவானோன்னு நான் யோசிச்சுண்டிருந்தேன். நல்ல வேளை.

அவனுக்கு இந்திய சுதந்திரத்துக்கு ஏதாவது செய்யணும்னு எண்ணம் இருக்கு. லாயராகி சுதந்திரப் போராட்ட வீரர்களுக்கு உதவலாம்னு நெனைச்சிருந்தவன் இப்ப வேற வழியைத் தேடறான்னு நெனைச்சுக்கறேன்.

இப்ப சுபாஷ் சந்திர போஸ் பத்திப் பேசறான். அவர் காங்கிரஸ் தலைவரா தேர்தெடுக்கப்பட்ட பின்னாடி அவரைத் தொடர்ந்து செயல்படவிடாம ராஜினாமா பண்ண வெச்சதைக் குறை சொல்றான். அதனாலேதான் பார்வர்டு பிளாக் கட்சியை ஆரம்பிச்சார்ங்கறான். வீட்டுச் சிறையிலிருந்து தப்பிச்ச போஸ் ஜப்பானோடவும் ஜெர்மனியோடவும் கூட்டு வைச்சு இந்தியன் நேஷனல் ஆர்மிக்கு இப்ப தலைவரா இருக்கார்; அவர் மூலமா இந்தியாவுக்கு பிரிட்டிஷாரிடமிருந்து விடுதலை கிடைச்சுடும்ங்கறான்.

ஒண்ணு போயி இன்னொண்ணு வந்துடுத்துபோல இருக்கேன்னு நேக்குத் தோணறது. நான் பேச்சை மாத்தறேன். ஹாஸ்டல் மெஸ்சுக்குப் புதுசா ஒரு சமையல்காரர் வந்துருக்கார். நல்ல சமைக்கறார். முந்தின சமையல் மாதிரி இல்லை. இப்ப ருசியா இருக்கு. இன்னிக்கு கத்திரிக்காய்க் குழம்பு ருசியோ ருசி... அப்படின்னு சமையலைப் பத்தி அடுக்கிண்டு போறேன்.

“உனக்கு சமைக்கத் தெரியுமா” அவன் கேக்கறான்.

“நேக்கு சமையல் பண்ணத் தெரியும். கத்துண்டே இருக்கணும். முடிவே கிடையாது. ஒருநாள் இருக்கற மாதிரி ருசி இன்னொரு நாள் இருக்காது. ஒரே ஆள்தான் அன்னிக்கும் சமைக்கறா இன்னொரு நாளும் சமைக்கறா. ஆனா இப்படித்தான் ருசி மாறும்.”

“சரி, வா. இப்படி நடந்துண்டே பேசுவோம். எங்க ஹாஸ்டல் மெஸ்சுலே சாப்பாடு மோசம்.”

நாங்க ரெண்டு பேரும் நடந்துண்டே இருக்கறப்ப அவன் என் கை விரல்களோட அவனோட விரல்களைக் கோத்துக்கறான். எனக்குப் படபடன்னு நெஞ்சு துடிக்கறது. என் முகம் மாறுது. அவன் விரலை இறுக்கறான். அப்பறம் விடறான். நானும் அவன் விரலை இறுக்கறேன். விடறேன். திடீர்னு யாரும் இல்லாத இடத்துலே என்னைக் கட்டிப்பிடிச்சுடுவானோன்னு தோணறது. நான் விரலை விடுவிச்சுக்கறேன். உடம்பெல்லாம் உதர்றது. நடக்க முடியாதுபோல இருக்கு. வழியிலே இருந்த ஒரு பெஞ்சுலே உக்காந்துக்கறேன். மூச்சு வாங்கறது. அவன்

சாதாரணமா என் பக்கத்துலே வந்து உக்காந்துக்கறான். நான் அவன் முகத்தைப் பாக்கறேன். சாதாரணமா இருக்கு. என் முகத்தைப் பாக்கறவா கண்டுபிடிச்சுடுவா. என் முகம் மாறியிருக்கறதை. பெண்கள்தான் இப்படித் துவண்டு போவாளா. ஆம்பிளைகள் இப்படித்தான் கல்லு மாதிரி இருப்பாளோ. நேக்கு ஒண்ணும் தெரியலை. அவன் இப்ப என் பாதங்களைப் பாத்துண்டு இருக்கான். கடவுளே நான் என்ன செய்யறது. சோதனையா இருக்கே.

❖❖❖

8

என் தங்கை ராதாவிடமிருந்து லெட்டர் வந்தது. 'அன்புள்ள அக்காவுக்கு நமஸ்காரம்'ன்னு ஆரம்பிச்சுருக்கா. சிஸ்டரும் கூட தங்கியிருக்கற வாளும் சௌக்கியம்; சாப்பாடு நன்னா இருக்கு; எல்லாரும் நன்னா பாத்துக்கறா; நன்னா படிக்கறேன்; டீச்சரா ஆயிருவேன்; உனக்குப் பாரமா இருக்கமாட்டேன். நமக்கு நல்ல வாழ்க்கை சிஸ்டர்னாலே கெடைச்சுருக்கு. அதை உபயோகப் படுத்தி எல்லாரும் பாக்கும்படியா வாழணும். இப்படியெல்லாம் பெரிய மனுஷி மாதிரி எழுதியிருக்கா. அன்னிக்கு நானும் சித்தியும் அவளைக் காப்பாத்தி ட்ரெயின்லே கூட்டிண்டு வரலைன்னா என்ன ஆகியிருக்கும். எவனோ ஒரு வயசானவனுக்கு வாக்கப்பட்டு, அவன் சொல்றதைக் கேட்டுண்டு, அவன் படுக்கச் சொன்னா படுத்துண்டு, குழந்தை பெத்துண்டு... என்ன வாழ்க்கை. இப்படித் தான் நெறையப் பெண்கள் வாழ்க்கை கழியறது. விசேஷம்னா மட்டும் மடிசார் கட்டிண்டு, நகைநட்டுப் போட்டுண்டு அங்கேயும் இங்கேயுமா லாத்தறா. ஒருநாள் சந்தோஷம். அப்பறம் செக்கு வாழ்க்கை. பெரும்பாலான குடும்பம் கூட்டுக் குடும்பம். மாமனார், மாமியார், நாத்தனார்... இப்படி. இதுக்குள்ள கெடந்து உழலணும்.

நான் இவளுக்குப் பதில் எழுதறேன்: "இங்கு நான் க்ஷேமம். உன்னுடைய க்ஷேமத்திற்குப் பிரார்த்திக்கிறேன். நீ நன்னா இருக்கறதை அறிந்து சந்தோஷம். நன்னா படிக்கறதா சொல்லியிருக்கே. அப்படியே தொடர்ச்சியா நன்னா படிக்கணும். மனசை அலைபாய விடக்கூடாது. நமக்குப் பெரியவா துணை எதுவும் இல்லை. படிப்புதான் நமக்குக் கைகொடுக்கும். டாக்டர் எவ்வளவு பெரிய படிப்பு. நான் அதைப் படிச்சுண்டு இருக்கேன். ஹோம் ஆரம்பிச்ச புதுசுலே சேந்த விதவைகள்

அம்முக்குட்டி கோயம்புத்தூர்லேயும் பார்வதி சேலத்துலேயும் டீச்சர் வேலை பாக்கறா. லட்சுமியம்மா குயின் மேரீஸ் காலேஜ்லே பாடம் சொல்லிக் கொடுக்கறா. நேக்கு இந்த வருஷம் படிப்பு முடிஞ்சுடும். நீ அடுத்த வருஷம் குயின் மேரீஸ் காலேஜ்லே சேந்து படிக்கணும். சிஸ்டர்ட்டே பேசறேன். அப்பறம் படிப்பு முடிச்ச பின்னாலே டீச்சரா வேலைக்குப் போகலாம். நான் மெட்ராஸ் வந்து டாக்டர் வேலையிலே சேரணும். எல்லாம் நல்லபடியா நடக்கும்னு கடவுளைப் பிரார்த்தனை பண்ணிப்போம்."

அப்பறம் ஏதும் எழுதத் தோணலை. லெட்டர் எழுதி அட்ரஸ் எழுதறேன். ஜன்னல் வழியா வெளில இருக்கற பூச்செடிகளைப் பாக்கறேன். நீல்கமல் ஞாபகம் வர்றது. நான் நீல்கமலைக் காதலிக்கறேனா. அவனும் என்னைக் காதலிக்க றானா. அல்லது நான் அவன் மேலேயும் அவன் என் மேலேயும் இச்சைப்படறோமா. அவன் என்னைக் கல்யாணம் பண்ணிக்க ப்ரபோஸ் பண்ணுவானா. நான் ப்ரபோஸ் பண்ணுவேனா. சட்டம் இருந்தாலும் நான் கல்யாணம் பண்ணிக்கலாமா. அதுக்கு ஆசைப்படலாமா. அது பாவம்னு சொல்லமாட்டாளா. சிஸ்டரே இதை ஒத்துக்குவாங்களான்னு தெரியலை. அப்பறம் இந்தச் சமூகம். பாழாய்ப்போற சமூகம்...

அப்ப நான் என்னதான் செய்யறது. நெனைக்கறச்சே தலைவலி வந்துடறது.

❖❖❖

9

நீல்கமலிடமிருந்து லெட்டர் வர்றது. ஆவலோட பிரிக்கறேன். அவன் ஒரு தேதி குறிப் பிட்டிருக்கான். அந்தத் தேதிக்கு இன்னும் இரண்டு நாள் கழியணும். வழக்கமான இடம். வழக்க மான நேரம். அவன் ஏதோ முடிவெடுத்திருக்கற தாவும் அதைச் சொல்லணும்னும் மொட்டையா எழுதியிருக்கான். என்ன முடிவு எடுத்துருக் கான். என்னைக் கல்யாணம் பண்ணிக்கறேன்னு ப்ரபோஸ் பண்ணப் போறானா. நாம தொடர்ந்து இப்படியே பேசிண்டிருந்தால் வேற லெவல்லே கொண்டுபோயி விட்ரும்; அதனாலே நமக்குள்ள வேற எண்ணங்களை வளத்துக்க வேண்டாம்னு சொல்லப் போறானா.

நான் என் இஷ்டத்துக்குக் கற்பனை பண்ணிண் டிருக்கேன். அவன் எதுக்கு இதை லெட்டர்லே சொல்றான். நேர்லே சொல்லவேண்டியதுதானே. இப்ப ரெண்டு நாள் குழம்பிண்டு தவிக்கணும். அல்லது வேற ஏதாவது முடிவு எடுத்துருக்கானா. யாரையாவது காதலிக்கறானா. யாரையாவது கல்யாணம் பண்ணிக்கப் போறானா. என் விரல்களைப் பிடிச்சு நெரிச்சதெல்லாம் வெறும் ஆசைதானா. நானும்தான் பதிலுக்கு நெரிச்சேன். அப்ப எனக்கும் ஆசையா.இதுக்குப்பேருதான் காமமா அல்லது காதலா. நான் விதவை. என்னை எப்படி அவன் கல்யாணம் பண்ணிக்கப் பிரியப்படுவான். எங்கிட்ட இருக்கற ஒரு ப்ளஸ் பாய்ண்ட், நான் வெர்ஜின் விடோங்கறது. அது போதுமா; ஒருத்தன் கல்யாணம் பண்ணிக்கறதுக்கு. பின்னே எதுக்கு அவன் விதவை மறுமணச் சட்டம் பத்திப் பேசறான். அவனை அந்த இடத்திலே வைச்சுண்டு அதைச் சொல்லியிருப்பான்னு நானே நெனைச்சுண்டா. நேக்கு அப்படி ஒரு வழி இருக்கு; யாரையாவது விரும்பினா கல்யாணம் பண்ணிக்கச் சட்டம்

இருக்குன்னு சொல்றானா. இப்படி யோசிச்சு யோசிச்சுதான் தலைவலி வர்றது.

ரெண்டு நாளா குழம்பிண்டே இருக்கேன். சரியான தூக்கம் இல்லை. பகல்லே தூக்கம் கண்ணைச் சொக்கறது. கஷ்டப்பட்டு முழிச்சுண்டு உக்காந்திருக்க வேண்டியிருக்கு. அந்த நாளும் வந்துடுத்து. என்ன சொல்லப் போறானோ. நான் ரெடியாயிண்டே இருக்கேன். பாதங்கள் அழகா, சுத்தமா இருக்கான்னு பாக்கறேன். நகத்தையெல்லாம் வெட்றேன். பாதத்தை ஒருத்தன் விரும்பிப் பாப்பானா. அதான் பாக்கறானே. பட்டும் படாமே முகத்துலே பவுடர் போட்டுக்கறேன். வாட்சைப் பாத்துண்டே இருக்கேன். எழுந்து கண்ணாடியிலே முகத்தைப் பாத்துக்கறேன். நான் அழகுதான்.

நடந்துபோயிண்டிருக்கேன். பாதத்துலே தூசு படிஞ்சுறக் கூடாதுன்னு பாத்து நடக்கறேன். அவன் பார்க்லே பெஞ்சிலே உக்காந்துருக்கான். ஏதோ யோசனையிலே இருக்கான். என்னை இன்னும் பாக்கலை. ம்... பாத்துட்டான். சிரிச்சுண்டே எழுந்து நிக்கறான். நான் பக்கத்துலே போனதும் கையைப் பிடிச்சுக் குலுக்கறான். பக்கத்துலே உக்காரச் சொல்றான். உக்காந்துண்டதும் என் பாதத்தைப் பாக்கறான். நான் புடவையைக் கொஞ்சமா மேலே இழுத்துண்டுதான் உக்காந்திருக்கேன். ‘நீலக்கண்ணா பாரு. நல்லாப் பாரு’ன்னு மனசுக்குள்ளே சொல்லிக்கறேன். அவன் பாக்கப் பாக்க நேக்கு நெஞ்சு படபடன்னு அடிச்சுக்கறது. வழக்கமான விசாரிப்புகளை முடிச்சுக்கறோம். என்னமோ முடிவெடுத்துருக்கறதா சொன்னியேன்னு கேக்கறேன். அதை எப்படிச் சொல்றதுன்னு தயங்கறான். சும்மா சொல்லுங்கறேன். என்ன காதலை ப்ரபோஸ் பண்ணப் போறானா. மூஞ்சியைப் பாத்தா அப்படித் தெரியலை. நேக்கு இப்ப பயம் வர்றது. எதையாவது உளறிக் கொட்டப் போறான்னு தோண்றது.

அவன் சொல்றான்: “இன்னும் ரெண்டு மாசத்துலே படிப்பு முடிஞ்சிருது. படிப்பை முடிச்சுட்டு சுபாஷ் சந்திர போஸ் தலைமையிலே இருக்கற இந்தியன் நேஷனல் ஆர்மிலே சேரப் போறேன். காந்திஜியினாலே பிரிட்டிஷ்காரங்க கிட்டேயிருந்து சுதந்திரம் வாங்க முடியாது. இப்ப யுத்தம் நடந்துகிட்டிருக்கு. இன்னும் இந்தியாவைத் தொடலை. இங்கே வழக்கம்போல எல்லாம் நடக்குது. சினிமால்லாம் ஓடுது. பிரிட்டிஷ்காரங்கிட்ட சண்டை போட்டுத்தான் சுதந்திரத்தை எடுக்க முடியும். ஒரு வியாபாரக் கம்பெனி இந்தியாவுக்குள்ளே வந்து எல்லா ராஜாக்களையும் ஒண்ணுமில்லாமப் பண்ணி நம்ம ஆட்களையே சோல்ஜரா வைச்சுக்கிட்டு நம்மை அவங்களுக்குக் கீழ வச்சிருந்தது. இப்ப நாடு வியாபாரக் கம்பெனிலே இருந்து மாறி பிரிட்டிஷ்

அரசாங்கத்தோட நிர்வாகத்துக்குக் கீழ இருக்கு. அவனா எப்படிக் கொடுத்துட்டுப் போவான். நாமதான் சண்டை போட்டு எடுத்துக்கணும். ஜெர்மனி கிழக்கு ஐரோப்பியா முழுக்க புடிச்சிருச்சு. போஸ் ஜெர்மனியோடவும் ஜப்பானோடவும் உடன்பாடு வைச்சுக்கிட்டிருக்கார். சரியோ தப்போ அந்த ரெண்டு நாடோட உதவியோடதான் சுதந்திரத்தை எடுத்துக்க முடியும்னு நெனைக்கறேன். இது ஒருபக்கம் இருக்கட்டும்.

எனக்கு உன் நெனைப்பாவே இருக்கு. அதுக்குப் பேரு என்ன. நான் உன்னைக் காதலிக்கறேனா. ஆனா என் கடமையை முடிச்சுட்டு வந்துதான் உன்னைக் கல்யாணம் பண்ணிக்க முடியும். நாம மெட்ராசுக்கும் போக வேண்டாம், பெங்காலுக்கும் போக வேண்டாம். இங்கேயே வேலை பாத்து இங்கேயே வாழ்வோம். உன் தங்கையைக் கவனிச்சுக்குவோம். தேவைப்படறப்ப மெட்ராஸ் போயிட்டு வருவோம். என்ன சொல்றே…"

தலையிலே இடி விழுந்த மாதிரி இருக்குன்னு சொல்வாளே, நேக்கு அந்த மாதிரி இருக்கு. இவன் இந்தியன் நேஷனல் ஆர்மியிலே சேரப் போறானாம். ஜெர்மனியோடயும் ஜப்பானோடையும் சேந்து பிரிட்டிஷைத் தோக்கடிக்கப் போறானாம். சுதந்திரம் வாங்கப் போறானாம். என்னைக் காதலிக்கறானாம். கல்யாணம் பண்ணிக்கப் போறானாம். அதுவும் எப்ப. இவன் ஜெயிச்சுட்டு சுதந்திரம் வாங்கினப்பறம். இவனுக்கென்ன கிறுக்கா பிடிச்சுருக்கு. சண்டையிலே தோத்துப் போயிட்டா என்ன செய்வான். சண்டையிலே இவனுக்கு ஏதாவது ஆயிப்போச்சுன்னா என்ன செய்யறது. இதெல்லாம் எதைக் காட்றது. நேக்கு அவ்வளவு ஈஸியா நல்லது நடக்காதுன்னு காட்றது. நான் மௌனமா இருக்கேன்.

நான் ஒண்ணும் பேசாம இருக்கறதைப் பாத்துட்டுத் தனக்குன்னு ஒரு லட்சியம் இருக்குங்கறான்.

"நீ சொல்றதெல்லாம் நடக்குமா. எப்ப சண்டை முடியறது நீ நெனைக்கறதுக்கு மாறா எதுவும் நடந்தா என்ன செய்யறதுன்னு யோசிச்சியா."

"அப்படி நடக்காதுன்னு நான் நெனைக்கறேன். நிச்சயமா ஜெயிக்கறோம். சுதந்திரம் வாங்கறோம். சுதந்திர இந்தியாவுலே நாம கல்யாணம் பண்ணிக்கறோம்."

"ஒருபக்கம் சந்தோஷத்தைக் கொடுத்து இன்னொரு பக்கம் துக்கத்தைக் கொடுக்கறே. நீ என்னைக் காதலிக்கறேங்கறது. எவ்வளவு சந்தோஷமான செய்தி. நானும் உன்னைக் காதலிக்கறேன். மறுகல்யாணம் பண்ணிக்கறதே நம்ம பழக்கத்துக்கு விரோதம். அதை எப்படி ஹேண்டில் பண்ணப் போறோம்னு தெரியலை.

இப்ப நீ சொல்றதைப் பாத்தா எனக்கு இன்னும் குழப்பமா வர்றது. ஏற்கெனவே குழப்பத்துலேதான் இருக்கேன்."

அவன் மௌனமா இருக்கான். எதோ கற்பனைலே மெதக்கறான். நான் எப்படிச் சொல்லி அவனுக்கு விளங்க வைக்கறது.

அவனுக்கு நான் சொல்ற எதுவுமே மண்டையிலே ஏறமாட்டேங்கறது. அவன் புத்திசாலிதான். ஆனா இப்படி ஒரு முடிவு எடுத்துட்டு வந்து சொல்றான். முதலே என்னைக் காதலிக்கறேன்னு சொல்லிட்டு ஒருவாரம் கழிச்சு என்னை மீட் பண்றப்ப ஆர்மியிலே சேர்றதைச் சொல்லியிருக்கலாம். நான் ஒரு வாரமாவது சந்தோஷமா இருந்துருப்பேன். அல்லது காதலிக்கறதைச் சொல்லாமலே இருந்துருக்கலாம். நான் என் போக்கிலே ஏங்கிண்டே இருந்திருப்பேன். என் தலையெழுத்து இப்படித்தான்னு இருந்துருப்பேன். இப்ப ரெண்டுங்கெட்டான் நிலையிலே இருக்கேன்.

நாம ரெண்டு பேரும் நடப்போம்; சந்தோஷமா இருன்னு சொல்றான். நான் பொய்யாச் சிரிக்கறேன். ரெண்டு பேரும் நடக்கறோம். நான் யோசிச்சுண்டே வர்றேன். அவன் சுத்தி யாராவது இருக்காங்களான்னு பாக்கறான். ஒருத்தரும் இல்லைங்கறதைத் தெரிஞ்சுண்டு என்னைக் கட்டிப்பிடிச்சுக் கறான். நானும் இறுக்கக் கட்டிக்கறேன். மூச்சு திணர்றது. கழுத்துலே முகத்தை வைச்சு முத்தம் கொடுக்கறான். நேக்குக் கைகால் நடுங்கறது. நிக்க முடியாது போல இருக்குது. நானும் இறுக்கி இறுக்கிக் கட்டிக்கறேன். கைகால் ஆடற மாதிரி இருக்கு. நான் விலகிக்கறேன். நான் அப்படியே தரையிலே உக்காந்துடறேன். என்ன என்னன்னு பதர்றான். நான் ஒண்ணுமில்லை, உடம்பெல்லாம் நடுங்கறதுன்னு சொல்றேன். என்னைப் பரிதாபமாப் பாக்கறான். அப்படியே உக்காந்துருங்கறான். அவன் நின்னுண்டே இருக்கான். பாக்கறவாளுக்கு வித்தியாசமாப் படாதா. நான் எழுந்துக்கறேன். நடுக்கம் இன்னும் போகலை. தடுமார்றது. அவன் கையைப் பிடிச்சு நிக்க வைக்கறான். நான் கொஞ்ச நேரம் பெஞ்சுலே உக்காரணும்னு சொல்றேன். திரும்ப நடந்துவந்து பெஞ்சுலே உக்கார்றோம். ஐ யாம் ஸாரின்னு சொல்றான். என்னத்துக்கு ஸாரின்னு நெனைச்சுக்கறேன்.

◆◆◆

10

நான் முத்துலட்சுமி பேசறேன். நான் 1886ஆம் வருஷம் ஜூலை 30ஆம் தேதி மெட்ராஸ் மாகாணத்துலே இருக்கற புதுக்கோட்டை சமஸ்தானத்திலே பிறந்தேன். அப்பா பேர் நாராயணசாமி அய்யர். அம்மா பேர் சந்திராம்மாள். அப்பா புதுக்கோட்டையிலே இருந்த மகாராஜா கல்லூரியிலே பிரின்ஸிபால். அப்பா பிராமணர். அம்மா தேவதாசி மரபைச் சேர்ந்தவர். எனக்கு ஒரு தம்பி ராமையா. நல்லமுத்து, சுந்தராம்பாள்ன்னு ரெண்டு தங்கைகள். நான் ப்ரைவேட்டா படிச்சு மெட்ரிகுலேஷன் பாஸ் பண்றேன். மேற்படிப்புக்காக காலேஜிலே சேர மனு போடறேன். காலேஜிலே பெண்களைச் சேத்துக்கறதில்லை. பெண்களைச் சேத்தா மாணவர்களின் கவனம் சிதறிடுமாம்; படிக்கமாட்டாங்கன்னு நெறைய எதிர்ப்பு. நான் புதுக்கோட்டை ராஜாகிட்டே முறையிட்டேன். ராஜா மார்த்தாண்ட பைரவத் தொண்டைமான் என்னைக் காலேஜிலே சேத்துக்கச் சொல்லி உத்தரவு போடறார். என் அப்பா என் அம்மாவைக் கல்யாணம் பண்ணினதுனாலே அவரை ஏற்கெனவே ஜாதியை விட்டு ஒதுக்கி வைச்சுட்டாங்க. அவர் என்னோட ஆர்வத்தைட பாத்துட்டு என்னைப் படிக்க வைக்கணும்னு விரும்பினார். ராஜா உத்தரவு போடலைன்னா என்னாலே காலேஜிலே சேந்திருக்க முடியாது. நான் ஒரே மாணவி. மாணவர்களுக்கும் எனக்கும் இடையிலே ஒரு ஸ்க்ரீன் மறைச்சிருக்கும். இப்படித்தான் படிச்சேன். என் அப்பா என்னை டீச்சராக்கணும்னு நெனைக்கிறார். எனக்கு டாக்டருக்குப் படிக்கணும்னு விருப்பம். அப்பறம் பெண்கள் முன்னேற்றத்துக்கு நெறைய செய்யணும்னு நெனைக்கிறேன்.

நான் 1907வது வருஷம் மெட்ராஸ் மெடிக்கல் காலேஜ்லே சேர்றேன். நான்தான் முதல் பெண்.

1912வது வருஷம் படிப்பை முடிச்சுப் பெண்கள், குழந்தைகளுக்கான மெட்ராஸ் ஆஸ்பத்திரியிலே டாக்டரா சேர்றேன். நான் படிக்கிற காலத்திலே சரோஜினி நாயுடுவைச் சந்திக்கறேன். மகாத்மா காந்தியும் அன்னிபெசன்ட் அம்மையாரும் பெண்கள் விடுதலைக்காக உழைக்கிறாங்கங்கிறதினாலே அவங்களை என் மதிப்புக்குரியவங்களா நெனைக்கிறேன். 1914வது வருஷம் டாக்டர் சுந்தரரெட்டியைத் திருமணம் பண்ணிக்கறேன். 'என்னைச் சமமாகவும் மதிப்பாகவும் நடத்தணும். என்னுடைய லட்சியங்கள்ளே குறுக்கிடக் கூடாது'ன்னு அவர்கிட்ட சத்தியம் வாங்கிக்கறேன். என்னுடைய பேரை முத்துலட்சுமி ரெட்டின்னு மாத்திக்கறேன். சிலர் என்னை டாக்டர் ரெட்டின்னு கூப்பிடறாங்க.

அன்னிபெசன்ட் அம்மையாரும் வேறு சிலரும் சேந்து *Women's Indian Assosiation (WIA)* துவங்கறப்ப நானும் அதுலே சேந்துக்கறேன். 1917வது வருஷம் அந்த அமைப்பு நிறுவப்படுது. பெண்கள் சந்திக்கும் பல பிரச்சினைகளை மக்களுக்குத் தெரிவிக்க தொடங்கப்பட்ட *ஸ்த்ரி தர்மா* பத்திரிகையிலே என் கருத்துகளைச் சொல்றேன். WIAயிலிருந்து 1926வது வருஷம் மெட்ராஸ் லெஜிஸ்லேடிவ் கவுன்சிலுக்கு என்னை நியமிக்கறாங்க. நீதிக்கட்சியைச் சேந்த பி.டி. ராஜன் முன்மொழிய கவுன்சில் உறுப்பினர்களால துணைத் தலைவராகப் போட்டியின்றித் தேர்ந்தெடுக்கப்படறேன். கவுன்சிலில் நான் ஒருத்திதான் பெண். பெண்களின் முன்னேற்றம் சம்பந்தமா நிறைய விவாதங்கள், சட்ட நிறைவேற்றங்கள் செய்தோம். 1930இல் காந்திஜி உப்புச் சத்தியாக்கிரகத்திற்காகக் கைது செய்யப்பட்டதை எதிர்த்து, நான் கவுன்சில் பதவியை ராஜினாமா செய்தேன். கவுன்சிலில் நான் செய்த விவாதங்களும் முன்மொழிவுகளும் மக்களுக்குத் தெரியணும் என்பதற்காக நான் எழுதிய *'My Experience as a Legislator'* என்ற புத்தகத்தை 1930வது வருஷத்திலே WIA வெளியிட்டது.

1930வது வருஷம் மூணு இளம் பெண்கள் என் வீட்டு வாசல்லே வந்து நிக்கறாங்க. தாங்கள் தேவதாசி மரபைச் சேந்தவங்கள்னும் கடவுளுக்கு அவங்களை அர்ப்பணிப்பதை மறுத்துத் தப்பி வந்துவிட்டதாகவும் அடைக்கலம் கொடுக்குமாறும் கேக்கறாங்க. நாமக்கல்லிலிருந்து வந்திருக்காங்க. தங்களுக்கு உதவிக்கு யாருமில்லைன்னு சொல்றாங்க. நான் அவங்க மூணு பேருக்கும் தங்க இடம் கொடுக்கறேன்.

சிஸ்டர் சுப்புலட்சுமி நடத்தும் ஐஸ் ஹவுஸ் ஹோம்லே பிராமணர்கள் அல்லாதவர்களுக்கும் தங்க இடம் கேக்கறேன். இந்த

ஹோம்லே பிராமணப் பெண்கள் மட்டும்தான் தங்க அனுமதின்னு சொல்லிடறாங்க. நான் பிற ஹோம்கள்லே அவங்களைச் சேக்க முயற்சி பண்றேன். அந்த ஹோம்களை நடத்துறவங்களும் மறுத்துட்டாங்க. இவங்கள மாதிரிப் பெண்களுக்கும் ஆதரவற்ற குழந்தைகளுக்கும் பிற பெண்களுக்கும் நிரந்தரமான ஒரு தங்குமிடம், கல்வி, உணவு தரணும்னு யோசிக்கறேன். அவ்வை ஹோம் என்ற அமைப்பை 1930இல் ஏற்படுத்தறேன். மைலாப்பூரில் ஒரு வீட்டை வாடகைக்கு எடுத்துத் தங்க வைக்கறேன். ஆனா இந்த இடம் பத்தலை. நிறைய ஆதரவற்ற பெண்களும் அனாதைக் குழந்தைகளும் வர ஆரம்பிச்சாங்க. அடையாறில் ஒரு பெரிய இடத்தில், என்னிடம் சிகிச்சை எடுத்துகிட்ட ஒரு காண்ட்ராக்டரைக் கட்டடங்கள் கட்டச் சொல்லி 1936வது வருஷக் கடைசியிலே வேலைகள் முடியுது. அங்கே எல்லாரையும் கொண்டுபோறேன். இடைப்பட்ட காலத்துலே ஹோம் நல்லா முன்னேறியிருக்கு. சமூகத்தாலே பல காரணங்களாலே கைவிடப்பட்ட பெண்கள், அனாதைக் குழந்தைகள் ஆகியோருக்கு உணவு, இடம், உடை, கல்வி கொடுக்கறோம். ஏராளமானவங்க இங்கே தங்கியிருக்காங்க. அன்னைக்கு மூணு இளம் பெண்கள் முதல்முதலா நாமக்கல்லே இருந்து அடைக்கலம் கேட்டு வந்ததாகச் சொல்லியிருந்தேனே. அந்த மூணு பேர்ல ஒருத்தி டாக்டரா இருக்கா. ஒருத்தி நர்ஸா இருக்கா. ஒருத்தி டீச்சரா இருக்கா.

◆◆◆

11

யுத்தம் முடிஞ்சாச்சு. பிரிட்டிஷாரை ஜெயிக்க முடியுமா. உலகம் பூரா ஆள்றாளே. நானும் படிப்பை முடிச்சு மெட்ராஸ் அரசாங்க ஆஸ்பத்திரியிலே வேலையிலே சேந்தாச்சு. நீல்கமலிடமிருந்து ஒரு தகவலும் இல்லை. இந்தியன் நேஷனல் ஆர்மிலே சேரப் போறேன்னு சொன்னானே... அதுக்குப்பிறகு அவனிடமிருந்து லெட்டர் வரலை. எங்கே இருக்கானோ. எப்படிக் கஷ்டப்படறானோ. போஸ் விமான விபத்துலே இறந்துபோயிட்டார்னு சொல்றா. ஒரு தரப்பு அவர் சாகலை, மறைஞ்சிருக்கார்னு சொல்றா. எதை நம்பறதுன்னு தெரியலை. ஆனா அவர் ஆர்மியிலே இருந்த எல்லோரும் சரணடைஞ்சதா தெரியறது. அந்தக் குழுலே அவன் இருக்கானான்னு கண்டுபிடிக்க எனக்கு வழி தெரியலை. காங்கிரஸ் ஆபிசிலே போய்க் கேட்டேன். ஐ.என்.ஏ. வீரர்களை டில்லி செங்கோட்டையில் ராணுவ கோர்ட் விசாரிப்பதா தகவல் கிடைச்சது. காங்கிரஸ் கட்சிலே ஐ.என்.ஏ. பாதுகாப்பு கமிட்டின்னு ஒண்ணு உருவாக்கியிருப்பதாகவும் அதில் நேரு இருக்கறதாலே எப்படியாவது எல்லாருக்கும் விடுதலை வாங்கிக் கொடுத்துருவார்னும் கட்சி ஆபிசிலே சொல்றா. நானும் அந்த நம்பிக்கைலே இருக்கேன். ஆனா நீல்கமல் அந்த விசாரணையிலே இருக்கானான்னு தெரியலையே. ஒருவேளை அவனுக்கு வேறு ஏதாவது ஆகியிருக்குமோன்னு சிந்தனை வர்றச்சே மனக்குழப்பமும் தலைவலியும் வந்துர்றது.

நான் மைலாப்பூர்லே தனியா வீடு வாடகைக்கு எடுத்து என் தங்கையோட இருக்கேன். அவ பள்ளிக்கூடப் படிப்பை முடிச்சுட்டு காலேஜ்லே படிச்சுண்டு இருக்கா. அப்பப்ப ஹோமுக்குப் போய் சிஸ்டரைப் பாப்பேன். என் மாமனார் இறந்துபோயிட்டதா நான் படிப்பை முடிக்கறச்சே டில்லிக்கு லெட்டர் போட்டிருந்தா. நான் மாமிக்கு

ஆறுதல் சொல்லி ஒரு லெட்டர் போட்டிருந்தேன். டில்லியிலிருந்து வந்தப்பறம் நான் சிஸ்டர் ஹோம்லே இருந்த ஒரு பணியாளைக் கூட்டிண்டு என் மாமியாரைப் பாத்துட்டு வந்தேன். வைரமூக்குத்தி ஜொலிக்க, பட்டுப் புடவையோட இருந்த மாமி இன்னிக்கு மூளியா நிக்கறா. இதுதான் பெண்களோட நிலை.

முத்துலட்சுமி ரெட்டி பெண் குழந்தைகளுக்குச் சிகிச்சை பண்றதுலே கெட்டிக்காரக் கைராசியான டாக்டர்னு பேர் எடுத்திருக்காங்க. 1926லருந்து 1930வரை கவுன்சில் மெம்பரா இருந்துருக்காங்க. அவங்க கொண்டுவந்த தீர்மானங்கள் பத்தி *'My Experiences as a Legislator'*ன்னு வெளிவந்த புஸ்தகம் படிக்கக் கெடைச்சுருக்கு. WIA வெளியிட்டிருக்கற புஸ்தகம் இது. பெண்கள், குழந்தைகள் முன்னேற்றத்துக்காக எவ்வளவு பாடுபட்டிருக்கான்னு தெரிய வர்றப்ப ஆச்சரியமா இருக்கு. எவ்வளவோ பேரோட தலையெழுத்து மாறியிருக்கு.

குழந்தைகள் ஆஸ்பத்திரி, பள்ளி மாணவிகளுக்கு மருத்துவப் பரிசோதனை, ஏழைக் குழந்தைகளுக்குப் பள்ளிக் கட்டணத்துலே இருந்து விலக்கு, தேவதாசி ஒழிப்புத் தீர்மானம், தேவதாசிகளுக்கு அவங்க கோயிலுக்கு சர்வீஸ் பண்ணினாதான் இனாமாகக் கொடுத்த நிலத்தின் பேர்ல உரிமைங்கறதை மாத்தி அவங்களுக்கு உடமையாக்கறதுக்குக்கான தீர்மானமும் சட்ட வரைவும், பெண்களுக்கு மருத்துவ வசதி, பிரசவம், குழந்தைகள் நலம், டிஸ்ட்ரிக்ட், லோக்கல் போர்டு, முனிசிபாலிட்டிகளில் பெண்களுக்கு இடஒதுக்கீடு; இப்படி எவ்வளவோ விஷயங்கள் பத்திப் பேசியிருக்காங்க. தீர்மானம் நிறைவேத்தியிருக்காங்க. நேக்கு அவங்களைப் பாக்கணும்னு தோண்றது. அவங்க உருவாக்கின அவ்வை ஹோமைப் பாக்கணும்னு தோண்றது.

நான் அவங்களைப் பாக்கப் போயிண்டிருக்கேன். ஆதரவற்ற குழந்தைகளையும் பெண்களையும் பாக்கறேன்; பல ஜாதி, மதங்களைச் சேந்தவா. நான் முத்துலட்சுமி ரெட்டி பத்தி விசாரிக்கறேன். ஒரு அறையைக் காட்றாங்க. நான் அந்த அறைக்குள்ளே நுழையறேன். எதையோ படிச்சுண்டிருந்தவங்க மூக்குக் கண்ணாடி வழியா என்னை நிமிர்ந்து பாக்கறாங்க. நான் வணக்கம் சொல்றேன். பதில் வணக்கம் சொல்லி உக்காரச் சொல்றாங்க. நான் உக்கார்றேன். நேக்கு என்ன பேசறதுன்னு தெரியலை.

"நான் டாக்டர் லலிதா. மெட்ராஸ் அரசாங்க ஆஸ்பத்திரியிலே இருக்கேன். உங்க கவுன்சில் அனுபவங்கள் புஸ்தகத்தைப் படிச்சேன். உங்களைப் பாக்கணும்னு தோணி வந்துருக்கேன்."

நான் சுருக்கமா என் கதையைச் சொல்றேன். சிஸ்டர் சுப்புலட்சுமி ஹோம்லே இருந்ததைச் சொல்றேன்.

“எங்கே படிச்சே.”

“நான் டில்லி லேடி ஹார்டிங் காலேஜ்லே படிச்சேன்.”

“நல்ல காலேஜ். அங்கதான் டி.வி.எஸ். அய்யங்கார் மகள் சௌந்தரம் படிச்சா. அவளும் சின்ன வயசுலே விதவை ஆனவ. காந்திஜி ஆசீர்வாதத்தோட மறுகல்யாணம் நடந்தது. அவளும் அவள் கணவர் ராமச்சந்திரனும் இந்த அவ்வை ஹோமுக்கு நிறைய உதவிகள் பண்றாங்க. அவங்களுக்கு காந்தி பேர்லே ஒரு கிராமம், தன்னிறைவான கிராமம் உருவாக்கணும்னு லட்சியம் இருக்கு. திண்டுக்கல் பக்கத்துல இடம் பாத்துகிட்டிருக்காங்க.”

“நீங்க கவுன்சில்ல பல தீர்மானங்கள் நிறைவேத்தியிருக்கறதை நீங்க எழுதின புஸ்தகத்திலே படிச்சேன்.”

“தீர்மானம் நிறைவேத்தி என்ன செய்றது. அது சட்ட மாகணும். அப்பதான் அது சமூகத்துக்கும் மக்களுக்கும் உபயோகப்படும். நான் கொண்டுவந்த தேவதாசி ஒழிப்புச் சட்ட வரைவைப் பொதுமக்கள் கருத்தைக் கேக்கணும்னு சுற்றுக்கு விட்டாங்க. நான் 1930லே ராஜினாமா பண்ணிட்டேன். அப்பறம் அப்படியே கிடக்கு. ஜஸ்டிஸ் பார்ட்டி ஆட்சி நடந்தது. அப்பவும் முன்னேற்றமில்லை. காங்கிரஸ் கட்சி தேர்தல்லே கலந்துக்கிட்டு, ராஜாஜி முதலமைச்சரா 1937வது வருஷம் வர்றாரு. பொதுமக்கள் ஆதரவோட திரும்ப அந்த மசோதா வருது. ராஜாஜிக்கு இந்த மசோதாவைச் சட்டமன்றத்துலே அறிமுகப்படுத்தறதுலே விருப்பமில்லை. அவர் தாமதப்படுத்தினார். இந்த விஷயத்தைப் பொறுத்தவரை அவர் பழமைவாதியாக இருந்தார். 1939வது வருஷம் காங்கிரஸ் மந்திரிசபை பிரிட்டிஷ் அரசை எதிர்த்து ராஜினாமா பண்ணுது. மசோதா அப்படியே கிடக்கு. இப்ப கவர்னர் ஆட்சி நடக்குது. சட்டமாக்குறதுக்கு இன்னும் எவ்வளவு காலமாகும்னு தெரியலை.”

முத்துலட்சுமி ரெட்டி பேசிண்டிருக்கும்போது ஒரு இளைஞன் உள்ளே நுழையறான். இவ்வளவு அழகான இளைஞனை நான் பாத்ததே இல்லை. பளிச்சுனு தோற்றம். கவரும் மஞ்சள் நிறம். கர்லிங் முடி. நறுக்கி வடிவமைக்கப்பட்ட மீசை. அந்த மூக்கு, கண்களின் வசீகரம், பெண்மை கலந்த ஆண்மை. நான் பாத்துத் திகைச்சுப் போயிட்டேன்.

முத்துலட்சுமி ரெட்டி, “கணேசா உக்காரு”ன்னு சொல்றாங்க.

கணேசன் உக்கார்றார். என்னைப் பாத்துச் சிரிக்கறார். நேக்கு ஏனோ தெரியலை, அழகான ஆம்பளைகளைப் பாத்தா நெஞ்சு படபடன்னு அடிக்கறது. நானும் பதிலுக்குச் சிரிக்கறேன்.

“கணேசன் என் ஒன்னுவிட்ட சகோதரன் மகன். இவன் அப்பா இவனோட எட்டு வயசுல இறந்து போயிட்டார். கணேசனுக்கு என்னோட அப்பா சின்ன தாத்தா முறை. என் அப்பாவுக்கு இவன்தான் இறுதிச் சடங்குகளைச் செஞ்சான். என் அப்பா, அவர் உயிரோட இருந்த வரைக்கும் இவனப் பாத்துக்கிட்டாரு. பிறகு நான் பாத்துக்கிட்டேன். என்னை மாதிரி டாக்டராகணும்னு ஆசை. படிக்க வைக்கறதா சொல்லித்தான் இந்த அழகனைத் தன் மகள் பாப்ஜிக்குக் கல்யாணம் பண்ணினார் அவனோட மாமனார். இவன் துரதிர்ஷ்டம், அவர் இறந்துபோயிட்டார். இவன் இப்ப கிறிஸ்டியன் காலேஜ்லே வாத்தியாரா இருக்கான்.”

கணேசனை நான் பாக்கறேன். அவரும் என்னைப் பாக்கறார்.

“இவ லலிதா. டாக்டர். மெட்ராஸ் அரசாங்க ஆஸ்பத்திரியிலே வேலை பாக்கறா ...”

“நான் டாக்டருக்குப் படிச்சிருந்தா நானும் டாக்டராகி உங்ககூட வேலை பாத்துக்கிட்டிருப்பேன்”னு சொல்றார் கணேசன்.

“இவர் பாக்க சினிமா நடிகர் மாதிரி இருக்கார்”னு உளறிட்டேன்.

முத்துலட்சுமி ரெட்டி சிரிக்கறாங்க. “இவனுக்கும் ஆசை இருக்குன்னு தெரியுது. நேரம், காலம் வரணும்”ங்கறாங்க.

கணேசன் என்னைப் பாத்து விழுந்து விழுந்து சிரிக்கறார். அவ்வளவு அழகா இருக்கார்.

கொஞ்ச நேரத்துலே கணேசன் போயிடறார். முத்துலட்சுமி ரெட்டி உள்ளே போய்ட்டு வந்து பிரிண்ட் பண்ணின பேப்பர்களைக் கொண்டுவந்து கொடுக்கறாங்க. நான் என்னன்னு கேக்கறேன்.

“இது நான் சென்னை மாகாண சட்டசபையிலே 1928வது வருஷம் மார்ச் 27ஆம் தேதி பேசிய உரை. குழந்தைத் திருமணங்களை ஒழிக்கணுங்கிறது என் லட்சியங்கள்லே ஒண்ணு. நீ குழந்தை விதவையாயிருந்து இன்னும் துயரப்பட்டுக்கிட்டுதான் இருக்கே. சிறுமி–மனைவிகளின் நிலையை, அவங்க பிரசவத்துக்கு வரும்போது படும் துயரங்களை நான் நேர்ல பாத்துருக்கேன்.

அபார்ஷன் ஆகற சிறுமி-மனைவிகள்; பயத்தில் பைத்தியம் பிடித்த மாதிரி நடந்துகொள்ளும் சிறுமி-மனைவிகள்; பிரசவத்தில் இறக்கும் சிறுமி-மனைவிகள்; இப்படிப் பலரைப் பாத்துருக்கேன். எல்லாத்தையும் விரிவா சட்டசபையிலே பேசியிருக்கேன். நீ வீட்டுக்குப் போய்ப் படிச்சுப்பாரு."

நான் வீட்டுக்குப் போய் முதல் வேலையா அந்த உரையைப் படிச்சுப் பாக்கறேன். சிறுமி-மனைவிகளின் நிலையை அவங்க விவரிச்சிருக்கறதைப் படிக்கறப்ப நான் பயப்படறேன்.

இந்தக் கொடுமை வேண்டாம்னுதான் கடவுள் என்னை விதவையாக்கிட்டாரோன்னு நெனைச்சுக்கறேன்.

◆◆◆

டாக்டர் முத்துலட்சுமி ரெட்டி 1928 மார்ச் 27 அன்று சென்னை மாகாண சட்டசபையில் நிகழ்த்திய உரை.

"ஆணின் திருமண வயதை 21 என்றும், பெண்ணின் திருமண வயதை 16 என்றும் உயர்த்த வேண்டியது அவசியம் என்ற இந்த அவையின் கருத்தை இந்திய அரசுக்குத் தெரிவிக்க இந்த அவை பரிந்துரைக்கிறது."

நான் இந்தத் தீர்மானத்தை இந்த நாட்டு மக்களின், முக்கியமாக நம் நாட்டுப் பெண்களின், சார்பில் கொண்டுவர விழைகிறேன். ஏனென்றால், இங்கே இளம் பருவத்திலேயே திருமணம் செய்யும் வழக்கம் இந்து மேல்வகுப்பினரிடையே நடைமுறையில் இருந்துவருவதால் ஒரு பெண் குழந்தையின் பிறப்பு வரவேற்கப்படுவதில்லை. ஒரு பெண் குழந்தை பிறந்து விட்டால் அதைப் பெரும் துர்பாக்கியமாகப் பார்க்கின்றனர். முக்கியமாகப் பெற்றோர்கள் ஏழைகளாக இருந்தால் இப்படி நடக்கிறது. ஒரு கண்ணியமான, தகுதி வாய்ந்த கணவனைத் தேர்ந்தெடுக்கும் பொறுப்பு எந்த அளவுக்குப் பெற்றோர்களுடையதாகிவிடுகிறது என்றால், அந்த உணர்வு தந்தைக்கும் தாய்க்கும் குழந்தையிடம் உள்ள பாசத்தையே அழித்து விடுவதாக இருக்கிறது. நிறைய ஏழைக் குடும்பங்களில் பெண் சிசுக்கள், பிறந்த நிமிடத்திலிருந்தே உதாசீனப்படுத்தப்படுகின்றன.

பிரசவ வேதனை முடிந்து, குழந்தையின் முதல் அழுகைச் சத்தம் கேட்டவுடன் பெற்றோர்கள், தாத்தா, பாட்டி மற்றும் உறவினர்களில் ஒவ்வொருவரும் குழந்தையின் பாலினத்தைக் கண்டுபிடிப்பதில் ஆர்வமாக இருப்பார்கள். குழந்தை பெண்ணாக இருந்தால், மகிழ்ச்சியற்ற இந்தச் செய்தியை அவர்களிடம் கூறாமல் பலமுறை நானே மறைத்திருக்கிறேன். ஏனென்றால், வசதி படைத்தவர்கள் இடையேகூட இந்தச் செய்தி வருத்தத்துடனும் ஏமாற்றத்துடனும்தான் உணரப்படுகிறது. பலமுறை நான் இந்தச் செய்தியைத் தாயிடம் கூறுவதைத் தவிர்த்திருக்கிறேன். இந்தச் செய்தி தாய்க்கு ஒரு அதிர்ச்சியாக இருந்துவிடக் கூடாது. பிரசவ வேதனை நீண்ட நேரம் நீடித்தாலோ, இல்லை ஆயுதம் உபயோகித்திருந்தாலோ, ஏற்கெனவே இருக்கும் அதிர்ச்சியின் தாக்கத்தை இந்தச் செய்தி அதிகரித்துவிடும் என்ற பயத்தாலும் கூறாமல் விட்டிருக்கிறேன். பெண் பிறந்ததற்காகப் பாவம், அம்மாமீது குறை கூறுவார்கள். இதனால் பிரசவித்த பெண்ணைப் பார்த்துக்கொண்ட மருத்துவ உதவியாளர்களுக்குச் சரியாகப் பணம் கொடுக்காமல்கூடப் போகலாம். கவலையில் உடன் இருக்கும் உறவினர்கள் பிறருக்குச் சர்க்கரை கொடுப்பதை மறக்கலாம், வெற்றிலை பாக்கு போன்றவற்றைத் தங்களது உறவனர்களுக்கும், நண்பர்களுக்கும் சரியான முறையில் அளிக்காமல் விடலாம். பெண் பிறந்த செய்தி கேட்டுக் குடும்பம் முழுவதுமே துக்ககரமான தோற்றத்தைக் கொண்டிருக்கும். வீட்டின் பெரியவர்கள், தாத்தா, பாட்டி போன்றோர், பெண் பிறந்த இந்த மகிழ்ச்சியற்ற செய்தியை வேண்டா வெறுப்பாகத் தங்கள் நண்பர்கள், உறவினர்களிடம் சொல்லுவார்கள். அதுவே, ஒரு ஆண் குழந்தையென்றால், இதற்கு மாறான சூழ்நிலை நிலவும். கடிதங்கள் அல்லது தந்திகள்தான் செய்தியைத் தொலைதூரங்களுக்கு எடுத்துச்செல்லும். பெண்ணாக இருந்தால் சாதாரணக் கடிதம் மூலம்கூடச் செய்தியை உறவினர்களுக்குத் தெரிவிக்கமாட்டார்கள்.

பெண் சிசுவை வளர்க்கும் விதம்

பெண் சிசுவை இளம்பருவத்திலேயே திருமணம் செய்துவைக்கும் கெட்ட பழக்கத்தால் அவள் பிறந்ததிலிருந்தே கவலைக்குரியவளாகிக் குடும்பத்திற்கு ஒரு சுமையாகிறாள். தனது எட்டு அல்லது ஒன்பதாவது வயதை எட்டும்போது அவள் பெற்றோர்கள் அவளது திருமணத்தைப் பற்றியும், அவளது வருங்காலக் கணவர் பற்றியும், ஆகக்கூடிய செலவைப் பற்றியும் பேசத் தொடங்குவார்கள். குடும்பத்தின் கவனமும் கவலையும் இவளைச் சுற்றியே இருக்கும்.

எனவே, பெண்ணும் இயற்கையாகவே பெற்றோர்களின் இந்த உணர்வுகளைப் பகிர்ந்துகொள்வாள். பல சமயங்களில் ரோசமுள்ள பெண்கள் தங்கள் மேல் மண்ணெண்ணெய் ஊற்றிக்கொண்டு, எரிந்து இறந்ததை நாங்கள் அறிவோம். தங்களுடைய பெற்றோர்களுக்குத் தங்கள் திருமணத்தால் ஏற்படக்கூடிய செலவையும் கவலையையும் தவிர்க்கவே அவர்கள் இதைப்போன்ற முடிவைத் தேடிக்கொள்கிறார்கள். இதைப்போன்ற சோகங்கள்கூட நம் நாட்டைச் செயல்படுமாறு அசைக்க முடியவில்லை. இந்த இளம் பெண்கள் கள்ளம் கபடமற்ற, தூய்மையான வாழ்க்கைகளைத் தியாகம் செய்யும் இந்த வெறுக்கத்தக்க தீய பழக்கத்தை ஒழித்துக்கட்ட முடியவில்லை. பழக்கவழக்கங்கள் எவ்வாறு நம் சமூகத்தில் வேரூன்றிப்போயிருக்கின்றன என்பதை இது காட்டுகிறது. பல சமயங்களில் பெண் குழந்தை பள்ளியிலிருந்து நிறுத்தப்படுகிறாள். மாப்பிள்ளை நிச்சயமான பிறகு திருமணத்தைப் பற்றியும், அதற்கான ஏற்பாடுகளைப் பற்றியுமே வீட்டில் பேச்சு நடைபெறுகிறது.

இளம் பெண் குழந்தையின் கள்ளங்கபடமற்ற தன் இயல்பை இழக்கிறாள். வெட்கப்பட்டு, பேசாது ஒதுங்கி நிற்கிறாள். வீட்டில் உள்ள வயதான பெண்களின் வழிமுறைகளைப் பின்பற்றத் தொடங்குகிறாள். வீட்டிலுள்ள பெண்களுக்கு வெளியில் எந்தப் பொழுதுபோக்கும் இல்லாததால், இந்த இளம் பெண்களின் மூளையில் முற்றிய பெண்களின் பாலுறவுக் கருத்துகளை அவர்கள் புகுத்துகின்றனர். திருமணத்திற்குப் பிறகு, பெண், மாப்பிள்ளையின் பெற்றோர்கள் சொத்து ஆகிறாள். அவளது இயல்பான செயல்பாடுகளுக்குத் தடைகள் விதிக்கப்படுகின்றன. அவள் தன் மாமியார், மற்ற அயலார் முன்பு ஓடி விளையாடவோ, சத்தமாகப் பேசவோ, உரக்கச் சிரிக்கவோ கூடாது. இவ்வாறு அவளது இளம்பெண் பருவம், மிகவும் ஒளிவாய்ந்த பருவம், அவளிடமிருந்து பறிக்கப்படுகிறது. அவளுக்குக் குழந்தைப் பருவமும், முதிர்ந்த பெண்ணின் பருவமும் மட்டும்தான் தெரியும். "ஆகவே சிறு குழந்தைப் பருவத்திலிருந்தே அவள் குழந்தை பெறும் பருவத்திற்குத் தள்ளப்படுகிறாள்."

முதலிலிருந்தே அவள் தன் குடும்பத்தைப் பற்றியும், கணவனைப் பற்றியும், வருங்காலக் குழந்தைகள் பற்றியும், ஆடை, ஆபரணங்கள் போன்றவற்றைப் பற்றியுமே நினைக்கிறாள். எந்தப் பயனுள்ள அறிவும் அவளுக்குக் கிடைப்பதில்லை. வெளி உலகத்தின் மகிழ்ச்சி கிடைப்பதில்லை. எப்போதாவது அப்படி வெளியே சென்றால், தனது குடும்ப நண்பர்கள், உறவினர்களை மட்டுமே காணச் செல்கிறாள். அந்தச் சமயத்தில் பெண்களின் வம்புப் பேச்சு திரும்பவும் நகைகள், உடைகள், மாமியார், மாமனார்,

கணவன் போன்றவற்றைச் சுற்றியே வட்டமிடுகிறது. சிறிய நகரங்களில், சூழ்நிலை மாறலாம். ஆனால் கிராமப்புறங்களில் உள்ள நம் பெண்கள் எப்போதும் இதைப்போன்றுதான் இருக்கின்றனர்.

விரைவிலேயே பருவமடைதல்

இந்தச் சூழ்நிலையில், இதைப்போன்ற பயிற்சி பெற்ற இளம் பெண்ணின் உடம்பு மனைவியின், தாயின் பொறுப்பு களை ஏற்கத் தயாராகிப் பாலின உறுப்புகள் வளர்ச்சி அடைவதற்கு முன்பே மாதவிடாய் தொடங்கிவிடுகிறது என்பது ஆச்சரியப்படக்கூடியதல்ல.

பருவத்திற்கு வருவது 14 வயதைத் தாண்டினால், கணவனின் குடும்பத்தார் கவலை அடைந்து மருத்துவர்களின் ஆலோ சனையை நாட ஆரம்பிக்கின்றனர். இதைப்போன்ற பலரை என்னிடம் யோசனைக் கேட்கக் கூட்டிவந்திருக்கின்றனர். சில சமயம், ஒரு பெண்ணை மாதவிடாய் வரும் முன்பே, கணவனுடன் வாழ வைத்திருக்கின்றனர். எனக்கு இதைப்போன்ற பலர் நினைவுக்கு வருகின்றனர்.

குழந்தையின்மையின் சோகம்

1. திருவல்லிக்கேணியில் ஒரு குழந்தை-மனைவி தன் கணவனின் மிருகத்தனமான வெறியைப் பூர்த்தி செய்ய மறுத்ததால் அவளை எரித்துக் கொன்றது இன்னும் ஆறாமல் என் நினைவில் நிற்கிறது.

2. ஒரு இளம் பெண், 12 வயதில் மனைவி ஆனபோது அவளது உடல் வளர்ச்சி பத்து வயதுக் குழந்தைக்கு ஒத்ததாக இருந்தது. அவள் M.A. பட்டம் பெற்ற, 40 வயதான, ஒரு பெரிய உருவம் படைத்த தன் கணவருடன், தான் பருவம் எய்துவதற்கு முன்பே வாழ வற்புறுத்தப்பட்டாள். கணவனுக்கு அவள் இரண்டாவது மனைவி. அவளுடைய தாய் தவறிவிட்டாள். அவர்கள் ராவுஜி குலத்தைச் சேர்ந்தவர்கள். நான் அந்தப் பெண்ணுக்காக அவளது கணவனிடம் மன்றாடினேன். ஆனால் தோல்விதான் அடைந்தேன்.

இளம்பெண் மனைவி

சில படித்த வசதியான குடும்பங்களைத் தவிர, மற்ற இடங்களில் பெண் வயதுக்கு வந்த சில மாதங்களிலேயே பையன் வீட்டார் பெண்ணை அனுப்பக் கோருகின்றனர். பெண்ணை அனுப்பவில்லை என்றால் பையனுக்கு வேறு ஒரு திருமணம் செய்ய

ஏற்பாடு செய்யப்படுகிறது. பையனின் வயது 16, 18, 20 அல்லது சில சமயம் கணவன் 50 அல்லது 60 ஆனவனாகக்கூட இருக்கலாம். இருவரும் இணைவார்கள். 13, 14 வயதிலேயோ அல்லது வெகு சிலர் 16 வயதானவர்களாக இருக்கும்போதேயோ அந்தப் பெண் தாய்மை அடைகிறாள்.

கருச்சிதைவுகளும் கரு கலைவதும்

இதைப் போன்ற தாய்மை அடைவது கருச்சிதைவுக்கும், கரு கலைந்து போவதற்கும் காரணமாகிறது. கர்ப்பப்பை இவ்வளவு சிறிய வயதில் வலுப்பெறாமல் இருப்பதால் தாய்மையின் மாற்றங்களைத் தக்கவைத்துக்கொண்டு, முழு வளர்ச்சிக்கும் முழுப் பேறுகாலத்திற்கும் இருக்கும் வகையில் ஊட்டத்தைப் பெற முடிவதில்லை.

பல முறை 'சீமந்தம்' எனப்படும் விழாவில் அதீத உடல் உழைப்பாலும் பரபரப்பாலும் கர்ப்பச் சிதைவு நடக்கிறது. அன்று பெண்ணுக்குப் பல ஆபரணங்கள் அணிவித்துப் பலமணிநேரம் உக்கார வைப்பார்கள். விருந்தாளிகள் வந்து போய்க்கொண்டிருப்பார்கள். இசைக் கச்சேரிகள் நடக்கும். இந்த இளம், முதிர்ச்சியற்ற பெண்களிடையே மிகக் குறைவான கர்ப்பங்களே முழுப் பேறுகாலம்வரை நீடிக்கும். கருச்சிதைவும் கருக் கலைதலும் இவர்களிடையே மிகச் சாதாரணமாக நிகழ்பவை. இளம் பெண்கள் ரத்தசோகை, பலவீனம் ஆகியவற்றால் பாதிக்கப்பட்டுத் துன்பமான வாழ்க்கைக்குத் தள்ளப்படுகின்றனர். அவர்கள் பலமுறை காசநோயால் பீடிக்கப்படுகின்றனர்.

குழந்தைத் தாய்

ஒரு வருடத்தில் இப்பெண்களுக்கு 3, 4 கருச்சிதைவுகள் நிகழ்கின்றன. அப்படி முழு கர்ப்பகாலம் அடைந்தாலும் பலருக்கு மிக நீண்ட, சோர்வு அளிக்கக்கூடிய, ஆயுதம் போடவேண்டிய நிலைமையே உண்டாகிறது. இது குழந்தையையும் தாயையும் பலவீனமாக்கிவிடுகிறது.

நான் என்னுடைய 16 வருட மருத்துவப் பயிற்சியில், மேல்வகுப்பு இந்துக் குடும்பங்களில் 12லிருந்து 15வரை வயதுள்ள குழந்தைத் தாய்களின் பிரசவ காலத்தைப் பார்த்திருக்கிறேன். அவர்கள் பேறுகாலம் கடைசியில் என்னவாகுமோ என்ற பயத்தையும் பிரசவத்தைப்பற்றிய பதற்றத்தையும் கொண்டிருந்தனர்.

நான் பல இரவுகள், பகல்கள் அவர்களது படுக்கை அருகே கனத்த இதயத்துடன் உக்காந்திருக்கிறேன். அவர்களுடைய

பரிதாபமான நிலையைக் கண்டு இரக்கம் கொண்டிருக்கிறேன். அந்த நிலைக்கு அவர்கள் பொறுப்பல்ல. எந்தத் தவறான செயலோ எண்ணமோ இல்லாத அவர்களை இந்நிலைக்குத் தள்ளியது சமூகத்தின் குருட்டுத்தனமான, பொருளற்ற பழக்கங்களும் பெற்றோர்களின் அறியாமையும் மூடநம்பிக்கைகளும் அல்லவா?

இந்த இளம் பெண்கள் நன்கு வளர்ச்சி அடையாத உடம்புடன் கருத்தரித்து பிரசவத்தின்போது படும் வேதனை களையும், வலியால் துடிப்பதையும் பார்த்திருக்கிறேன். அப்போதெல்லாம், பைத்தியக்காரத்தனமான பழக்கவழக்கத் திற்குத் தங்களது அருமையான குழந்தைகளைப் பறிகொடுக்கும் குருட்டுத்தனமான மனித இனத்தைத் தோற்றுவித்த வானையும் மண்ணையும் தூற்றுவதைத் தவிர்க்க முடிந்ததில்லை. பிரசவத்திற்கு வரும் பலருக்குப் பிரசவ வேதனை நீண்ட நேரம் நீடிப்பதோடு, பல நாட்கள்கூடத் தொடரும். முதிர்ச்சி அடையாத பிறப்புறுக்களாலும், முழுவளர்ச்சி அடையாத தசைகளாலும் வலியால் இவர்கள் துன்பப்படுகிறார்கள்.

பெரும்பாலும் பிரசவம் ஆயுதங்கள் மூலமாகத்தான் முடிகின்றன. இது மேலும் அதிர்ச்சி, வலி என்று பிரசவ காலத்தின் ஆபத்துகளை அதிகரிக்கச் செய்வதோடு, இந்த நாட்டில் விஞ்ஞானரீதியாக அல்லாத, கொடூரமான, பயிற்சி அற்ற தாதி முறையாலும் ஆபத்துகள் ஆயிரம் மடங்கு அதிகரிக்கின்றன. எனவே, ஒரு குழந்தைப் பிறப்பே தாயின் உடல்நிலையைக் குலையவைக்கிறது. பல வருடங்கள் வயதானது போன்ற தோற்றத்தை அவர்களுக்குக் கொடுத்துவிடுகிறது.

நம் நாட்டு இளம் தாய்களின் அவலமான நிலையைப்பற்றி நினைக்கும்போது என் இதயத்தில் இவர்கள்மீது இரக்க உணர்வு மேலோங்குகிறது. இந்த இளம் தாய்மார்கள் அடிக்கடி அனுபவித்த கருத்தரிப்பு, கருச்சிதைவு, கருக்கலைதல் போன்றவற்றால் உடல் நலம் கெட்டுப்போன நிலையில் அவர்கள் எப்போதும் அழுதுகொண்டும் சிணுங்கிக்கொண்டும் நோய்வாய்ப்பட்ட ஆறு, ஏழு குழந்தைகளை வேறு பார்த்துக் கொள்ள வேண்டும். நடுத்தர வர்க்கத்திலும், ஏழை மக்களிடையே யும் சிறிதும் இரக்கமில்லாத கணவன், படிக்காத, கொடிய உள்ளம் கொண்ட மாமியார் இவர்களிடையே இளமையான, ஏழை மருமகளின் நிலைமை மிகவும் கொடுமையானது. அவள் சமையற்காரியாகவும், தனது குழந்தைகளுக்குத் தாதியாகவும், வீட்டில் பொது வேலைக்காரியாகவும், மனைவியாகவும் இயங்க வேண்டும். இத்துடன் வீட்டில் உள்ள பெரியவர்கள் விதிக்கும் முட்டாள்த்தனமான எல்லா ஆச்சாரங்களையும் பின்பற்ற வேண்டும்.

இந்நாட்டின் பிரபலமான மருத்துவப் பெண்களின் வருத்தமான அனுபவம் இதுதான். டாக்டர் சூக்லர் என்னும் பெண்மணி அருமையான தனது 45 வருடங்களை இதே துறையில் செலவழித்துள்ளார். அவர் எழுதுகிறார்:

"நான் 1883ஆம் ஆண்டுதான் இந்தியாவுக்கு வந்தேன். பெண்களிடையேயும் குழந்தைகள் மத்தியிலும் ஒரு மருத்துவராகப் பணியாற்றியதில் கிடைத்த பல வாய்ப்புகள் மூலம் குழந்தைப் பருவத் திருமணத்தின் பல ஊறுகளையும் கேடுகளையும் அறிந்தேன். பிரசவத்தின்போது பெரும் காயமடைந்த பல குழந்தைத் தாய்களுக்கு நான் அறுவைச் சிகிச்சை செய்திருக்கிறேன். சில வேளைகளில் இந்த இளம் தாய்கள் மீண்டும் மனைவிகளாக ஆகமுடியாத அளவுக்குக் காயப்பட்டிருப்பதைப் பார்த்திருக்கிறேன்.

என்னுடைய நீண்டகால, பலவித அனுபவங்களை விவரிப்பதாக இருந்தால், குழந்தைப் பருவத் திருமணத்தாலும், திணிக்கப்பட்ட வைதவ்யத்தாலும் ஏற்படக்கூடிய மோசமான விளைவுகளைப்பற்றி எடுத்துக்கூற முடியும். குழந்தைகள் இறப்பு விகிதம் அதிகரித்து, இந்தியா உலக நாடுகளிடையே சுகாதாரத் துறையில் ஏன் இவ்வளவு தாழ்ந்த நிலையில் உள்ளது என்பதைப்பற்றி எழுத முடியும். என்னுடைய நம்பிக்கை என்னவென்றால் இந்தியா தன்னால் முடியும் என்று உறுதி பூண்டு, தன் குறைகளை நீக்கும் முயற்சியில் துன்பங்களுக்கு அஞ்சாது ஈடுபட வேண்டும்."

வேலூரிலிருந்து மற்றொரு பெண் மருத்துவர், டாக்டர் இடாஸ் கட்டர் எனக்கு எழுதிய கடிதத்தில் கீழ்க்கண்டவாறு சொல்கிறார்:

"நான் வேலூரில் இருந்திருக்கும் 27 ஆண்டுகளில் குழந்தைப் பருவத் திருமணத்தின் மோசமான விளைவுகளைப் பார்த்திருக்கிறேன். திருமண வயதை 15 அல்லது 16 ஆக உயர்த்தும் நாளை நான் வரவேற்பேன்."

"மூன்று குழந்தை–மனைவிகள்தான் நான் மருத்துவம் படிக்கவும் இந்தியாவுக்கு வரவும் காரணமாக இருந்தனர். நான் இருந்த இடத்தில் மூன்று குழந்தை–மனைவிகள் – அதில் ஒருவருக்குக்கூட வயது 14 ஆகியிருக்கவில்லை – ஒரே நாள் இரவில் இறந்துபோனார்கள். என்னால் எதுவுமே செய்ய முடிய வில்லை. இது நடந்து 30 ஆண்டுகள் ஆகிவிட்டது. ஆனால், இப்போது சில மாதங்களுக்கு முன் 13 அல்லது 14 வயதான ஒரு சிறுமியை என்னிடம் அழைத்துவந்தார்கள். அவளுடைய பிறப்புறுப்பு கிழிந்திருந்தது. அவள் கள்ளங்கபடமற்ற சின்னஞ்சிறு சிறுமி. அவளுக்கு என்ன நேர்ந்தது என்பதுகூட அவளுக்குத்

தெரியவில்லை. கூட வந்த ஆணுக்கு, அவள் கணவனுக்கு, வயது 50 அல்லது 60 இருக்கும். இந்தச் சிறுமியின் சோகக் கதையை நேருக்குநேர் நான் சந்தித்தேன். நீங்கள் இந்தக் கொடுமைக்கு எதிராக நடவடிக்கை எடுப்பது குறித்து நான் மகிழ்ச்சியடைகிறேன். நீங்கள் வெற்றி பெறுவீர்கள். பெண் மருத்துவர்கள் இந்தியாவில் செய்யவேண்டிய மற்ற வேலை, பயிற்சி இல்லாத மருத்துவச்சிகளை ஒழித்துக்கட்டுவதுதான்."

மாக்பெயில் என்னும் பெண் மருத்துவரிடம் நமக்கெல்லாம் மிகுந்த மரியாதை உண்டு. அவர் ஐம்பது ஆண்டுக் காலம் இந்தியப் பெண்களின் பணியில் ஈடுபட்டிருந்தார். அவரும் இதைப்போன்ற கதையையே கூறுகிறார். அவர் எழுதுவதாவது:

"எனது 40 வருட மருத்துவ அனுபவத்தில் நான் நிறையப் பிரசவங்களைப் பார்த்திருக்கிறேன். இந்தியப் பெண்கள் தேவையற்ற, பெரும் வேதனைகளைப் பிரசவ காலத்தின்போது பொறுத்துக்கொள்ள வேண்டியிருக்கிறது. பேறுகால இறப்பு அதிகமாக இருப்பதன் காரணம், அவர்களது பழக்கவழக்கங்களே. அவர்களது சமூக, மதச்சார்புடைய வழக்கங்களும் சமூகத்தில் பரவலாகக் காணப்படும் வலுவான அபிப்பிராயங்களும் குடும்பங்களில் நிலவும் வலுவான பிணைப்புகளைப் பார்க்கும்போது, மேல்தட்டுக் குடும்பங்களில் பெற்றோர் தங்கள் குழந்தைகளுக்குச் சிறு வயதிலேயே திருமணம் செய்துவிட வேண்டும் என்று ஏன் வற்புறுத்துகிறார்கள் என்பதைப் புரிந்து கொள்வது கடினமாக இருக்கிறது. இதன் மூலம் இளவயதிலேயே அப்பெண்கள், திருமணம் என்றால் என்ன என்று அவர்களுக்குத் தெரிவதற்கு முன்னமேயே, உடலுறவுக்கு அவர்களுடைய உடல் தயாராவதற்கு முன்னரேயே, நிரந்தரமாக விதவையாகி விடும் அபாயத்திற்கு ஆளாகிறார்கள்.

நான் 12 வயதே ஆன, நிச்சயமாக 13 வயதுகூட ஆகாத, ஆறு இளம் பெண்களுக்குப் பிரசவம் பார்த்திருக்கிறேன். அதே போல் 14, 15 வயது பெண்கள் நிறையப் பேருக்கும் பார்த்துள்ளேன். பெரும்பாலும் எல்லாருக்குமே பிரசவ வேதனை நீண்ட நேரம் நீடிப்பதாகவும், கடினமாகவும், பயங்கரமான துன்பம் நிறைந்ததாகவும் இருக்கும். ஒரு சமயம், ஒரு இளம் தாய் பயத்தாலும், தாங்கமுடியாத வலியாலும் பைத்தியம் பிடித்தது போல் ஆகிவிட்டாள். அவளுக்கு அந்த அதிர்ச்சி, அயர்ச்சி இவற்றிலிருந்து மீள்வதற்கும், திரும்பவும் குடும்பத்தில் ஒரு உறுப்பினராக இயங்குவதற்கும் 9 மாதங்கள் ஆயிற்று. இந்தப் பேராபத்திலிருந்து தப்பிப் பிழைத்த இந்த இளம் பெண்களுக்கு விடிவுகாலமே அவர்கள் உடம்பு மிகச் சிறியதாக இருப்பதில்தான் இருக்கிறது. நாட்டின் துர்பாக்கியமே மிக உயர்ந்த குடியில் வரும்

குழந்தைகள் இவ்வளவு பலவீனமாகவும், மெலிந்தும், வளர்ச்சி அடையாமலும் இருப்பதுதான். இந்த இளம் தாய்மார்களில் பலர் நிரந்தரமாகக் காயப்பட்டு, அதிலிருந்து தேறி வருவதே இல்லை. எந்தக் கோணத்திலிருந்து பார்த்தாலும் பெண்களுக்கு நிச்சயம் செய்து, மிகச் சிறிய வயதில் திருமணம் செய்வது ஒரு பெரிய கொடுமை. இதைவிட மிகமிக மோசமானது, அந்தச் சிறிய பெண்ணை, குழந்தையாக இருக்கும்போதே உடலுறவு கொள்ளவைப்பது. பெண்ணின் கணவன் அவளைவிடச் சில வருடங்களே பெரியவனாக இருக்கும் பையனாக இல்லாமலிருந்து, அவளைவிட வயதில் மிகப் பெரியவனாக இருந்தால் அந்த நிலைமை பெரிய கொடுமையாகும். சென்னையிலேயே நடப்புகள் மோசமாக இருக்கின்றன. ஆனால் சின்ன ஊர்களில், ஒரு சிறிய பெண்ணுக்குத் தகுந்த மாப்பிள்ளை கிடைக்கவில்லை என்றால் பெற்றோர்கள் அவளை ஏற்றுக்கொள்ளத் தயாராக உள்ள எந்த வயது ஆணாக இருந்தாலும் அவருக்குத் திருமணம் செய்து வைப்பார்கள். ஏனென்றால், அவர்கள் மதத்தின்படி இளம் பெண் வயதுக்கு வரும் முன்பே அவளுக்குத் திருமணம் செய்திருக்க வேண்டும்.

குழந்தைப் பருவத்திலேயே மனைவியாகவும் தாயாகவும் ஆகும் துன்பத்தை உயர் ஜாதி இளம்பெண்கள் தாங்குவதோடு, மகிழ்ச்சிகரமான, கவலையற்ற குழந்தைப் பருவத்தை அனுபவிக்கும் வாய்ப்பையே இழக்கின்றனர். மற்ற நாடுகளில் இதே வயதுக் குழந்தைகள், மகிழ்ச்சிகரமான கவலையற்ற குழந்தைப் பருவத்தைப் பிறப்புரிமையாகக் கருதுகின்றனர். குழந்தைகளை வளர்க்கும் கவலைகளையும் பொறுப்புகளையும் இந்தக் குழந்தைத் தாய்மார்கள் சுமக்க வேண்டும். கல்வியையும் தங்கள் உடலைப் பேணுவதை மட்டுமே நினைக்கவேண்டிய வயதில் பொறுப்புகளைச் சுமப்பது வருந்தத்தக்கதே."

பெண்ணினம், தாவரமாக இருந்தாலும், விலங்காக இருந்தாலும் தன்னுடைய வாழ்நாளில் உடல்ரீதியாகப் பருவத்தை அனுபவிக்கவேண்டியதாக இருக்கிறது. வளர்ச்சிப் பருவத்தை ஒவ்வொரு உயிரினமும் பொறுமையாகக் கடக்க வேண்டும். அதன்பின்தான் வாழ்க்கையின் உயர்ந்த செயல்பாடான மற்ற உயிர்களை உண்டாக்கும் செயலைப் பூர்த்தி செய்ய முடியும்.

நன்கு வளர்ந்த எலும்புகள், தசைகள், நரம்புகள், நன்றாக முதிர்ந்த உற்பத்தி உறுப்புகள் இவற்றினால்தான் வாழ்க்கையின் தலையாய, புனிதமான செயலான உற்பத்தியைப் பூர்த்தி செய்ய முடியும். இந்தக் குழந்தைத் தாய்மார்களின் குழந்தைகள் அளவில் சிறிதாகவும் நோஞ்சானாகவும் இருப்பதோடு, தாயிடம் போதுமான அளவு தாய்ப்பால் இல்லாததால் குழந்தைகளைச்

செயற்கை உணவு கொண்டு வளர்க்கும் பொறுப்பு ஏற்படுகிறது. படிப்பறிவில்லாத, அனுபவமற்ற இளம் பெண்களுக்கு இதைச் சரியான முறையில் செய்ய முடிவதில்லை. விளைவு, அதிகரிக்கும் குழந்தைகளின் இறப்பு விகிதமும் உடல்நலமின்மையும்.

இந்த வருந்தத்தக்க சோகமான அனுபவங்கள் இருந் தாலும், பலமுறை அடுத்த கருத்தரிப்பு ஒரு முழு வருடம் முடியும் முன்பே நடக்கும். இதே கொடுமையும் துன்பங்களும் குழந்தைத் தாய்க்கு மீண்டும் நடக்கும்.

இந்தக் குழந்தைப் பருவத் தாய்மார்கள் வாழ்க்கையைச் சிறிதும் அனுபவிப்பதில்லை. தங்களால் ஏதும் செய்யமுடியாத நிலையில் தங்கள் கஷ்டங்களை வாழ்க்கையின் ஒரு பாகமாக எடுத்துக்கொண்டு, கர்மவினைப் பயன் என்று வருந்துகின்றனர். இந்தப் பெண்களின் கணவர்களும் பெரும்பாலோர், இளமை யாகவும் பொறுப்பற்றும் இருப்பதால் தங்கள் வாழ்க்கைத் துணைவிக்குக் குழந்தை பெறும் பாட்டிலிருந்து விடுதலை அளிக்கும் புலனடக்கத்தைப் பின்பற்றுவதில்லை.

சிறுவர்–வயது மாப்பிள்ளை

சிறுவர்–வயது மாப்பிள்ளையைப் பொறுத்தவரை, அவனது நிலைமை இதற்குமேல் பரிதாபமானது. அவன் மாணவனாக இருக்கும்போதே, பளுவான குடும்பப் பாரத்தைச் சுமக்கவேண்டிவருகிறது. நோய்வாய்ப்பட்ட மனைவியையும் குழந்தைகளையும் கவனிக்கவேண்டிய நிர்ப்பந்தம் ஏற்படுகிறது. அவன் உறக்கமில்லாத பல இரவுகளைக் கழிப்பதோடு, பள்ளியிலிருந்து பள்ளி முடிந்த உடன் ஓடிவந்து, மருத்துவரைக் கூப்பிட்டுக்கொண்டு வர வேண்டும். பலமுறை அவனுடைய மனைவி, கருச்சிதைவுக்கு உட்படும்போது அவன் மருந்துக் கடைக்கும் மருத்துவருக்கும் இடையே அலைய வேண்டும்.

அவன் கல்வியை முடிக்கும் முன்பே தனக்கும், தன்னுடைய குடும்பத்திற்கும் வாழ வழிகளும் முறைகளும் எப்படியோ வகுத்து வைத்துக்கொள்ள வேண்டும். இந்த நிலையில் நாம் அவன் எவ்வாறு கல்வியின் முழுப் பயன்களையும் அடைவான் என்று எதிர்பார்க்க முடியும்? அவன் அறிவை, அறிவுத் தாகத்திற்காகத் தேடுவான் என்று எப்படி எதிர்பார்க்க முடியும்? புதுக் கண்டுபிடிப்புகளுக்கு எங்கே நேரமும் வசதியும்? அவன் எவ்வாறு சுதந்திரமாகவும் சுயேச்சையாகவும் சொந்தக் கால்களில் நிற்பவனாக இருக்க முடியும்? அவன் அவ்வாறு நிற்பான் என்றும் எதிர்பார்க்க முடியும்?

அவன் ஒரு வளர்ந்த மனிதன் என்ற நிலையை அடையும் முன்பேயே, அவனது அறிவுத்திறன் முழு வளர்ச்சி அடையும் முன்பேயே, அவன் இந்த உலகத்தின் மதிப்பை அறியும் முன்பேயே, வீட்டைப்பற்றிய கவலையும் அக்கறையும் அவனை எதிர்கொள்கின்றன. இவ்வாறு அவனது கபடமற்ற இளமைப் பருவத்தின் மகிழ்ச்சி குலைந்து கரைந்துபோகிறது.

முழு உடல் வளர்ச்சி, மனவளர்ச்சி அடையும் முன்பே, அவன் ஒரு அரை டஜன் குழந்தைகளுக்குத் தந்தை ஆகிறான். சில வேளைகளில் சிறு வயதிலேயே தனது பெண்ணுக்குத் திருமணம் செய்விக்கப் பையன் தேடுகிறானோ என்னவோ? மிகவும் சிறிய வயதில் திருமணம் செய்வதன் வருந்தக்கூடிய அம்சம் என்னவென்றால் இந்தச் சின்னஞ்சிறு குழந்தைகள் மகிழ்ச்சியுடனும் உற்சாகத்துடனும் இருக்கவேண்டிய வயதில், குடும்ப வாழ்க்கையில் எழும் கவலைகள், பயங்கள் எல்லாவற்றிலிருந்தும் விடுபட்டு இருக்கவேண்டிய கட்டத்தில், பள்ளிகளும் விளையாட்டுக் கூடங்களும் அவர்களிடமிருந்து இரக்கமில்லாமல் பறிக்கப்படுகின்றன. பெரும் பளுவும், வீட்டைப்பற்றிய பொறுப்பும் கொடூரமாக அவர்கள்மீது சுமத்தப்படுகின்றன. அவர்களுடைய மூளையும் உடம்பும் தயாரில்லாத நிலையில் குடும்ப வாழ்க்கை திணிக்கப்படுகிறது.

இவ்வாறு, குழந்தைப் பருவம், பெண் பருவம் இவற்றிடையே உள்ள பருவத்தைச் சாதாரணமாக அறியாத, கள்ளங்கபடு இல்லாத பருவத்தில் இந்தப் பருவத்திற்கே உரிய மகிழ்ச்சி, குதூகலம் இந்தக் கட்டத்தில் மறுக்கப்படுவதோடு, கல்வி அறிவு மலரும் வாய்ப்புகளையும் இவர்கள் இழக்க நேரிடுகிறது. கல்வியும் அறிவு முதிர்ச்சியும் ஒரு பெண்ணைத் திறமையான மனைவியாகவும் புத்திசாலியான தாயாகவும், பயனுள்ள இந்தியக் குடிமகளாகவும் உருவாக்க உதவும். மிகவும் வருத்தத்திற்கும் கண்டனத்திற்கும் உரிய குருட்டுத்தனமான, பொருளற்ற, அறிவுக்கும் நீதிக்கும் ஒவ்வாத பழக்கவழக்கங்களால் நம் சமூகத்தில் சிறுமி–மனைவிகளும் அம்மாக்களும் உடல்நலமோ மனமகிழ்ச்சியோ அமைதியோ மற்ற எந்த வசதிகளோ இல்லாது துன்பப்படுகின்றனர். இதுமட்டுமல்லாது, வருங்காலத் தலைமுறைகளும் பலி கொடுக்கப்படுகின்றன. எனவே, நம் நாடு குள்ளர்கள் நாடு என்று குறிப்பிடப்படுவதைத் தவிர்க்க முடியவில்லை.

வயது 10 அல்லது 12 ஏன், 13 ஆன பெண் குழந்தை, திருமண வாழ்க்கையின் முழு முக்கியத்துவத்தையும் புரிந்துகொள்வாள் என்று நாம் எதிர்பார்க்க முடியுமா? குடும்ப வாழ்க்கையின் முழுப் பொறுப்புகளையும் உணர்ந்து புனிதமான தாயின்

கடமைகளை ஆற்றி, தங்கள் குழந்தைகளை நல்ல, நாட்டுப்பற்று மிக்க, பயனுள்ள குடிமக்களாக ஆக்க முடியுமா? 12, 13 அல்லது 14 வயதுப் பெண்ணால் எவ்வாறு வீட்டில் ஒழுங்கையும் கட்டுப்பாட்டையும் வற்புறுத்தி, வீட்டை அழகாகவும் சுத்தமும் சுகாதாரமும் உடையதாகவும் வைத்துக்கொள்ள முடியும்? எப்படி அந்தச் சிறுமி–மனைவி உங்களது சிறந்த பாதியாகவும், உங்கள் உதவியாளராகவும், இன்னலில் நண்பராகவும் இருக்க முடியும்?

மகாபாரதத்தில் ஒரு மனைவிக்கு உரிய லட்சணங்கள் கீழ்க்கண்டவாறு கூறப்படுகின்றன: "ஒரு மனைவி ஆணின் பாதி; அவனுடைய உண்மையான தோழி, அன்பான மனைவி; குணம், இன்பம், செல்வம் ஆகியவற்றின் ஒரு வற்றாத நீரூற்று; விசுவாசமான மனைவி சொர்க்கத்தின் சுகம் பெற மிகச்சிறந்த துணை; இனிமையாகப் பேசும் மனைவி ஒரு தோழி; தனிமையில் புத்திமதி அளிப்பதில் ஒரு தந்தை; எல்லா இன்னல்களிலும் ஒரு தாய்; வாழ்வின் திசை தெரியாத காட்டில் நடக்கும்போது இளைப்பாறும் இடம்."

12, 13 அல்லது 14 வயதான ஒரு குழந்தை–மனைவியிடம் நமது ஆன்றோர் மேற்கண்ட எல்லா குணங்களையும் எதிர்பார்த்திருப்பார்கள் என்று ஒரு நிமிடமேனும் கற்பனை செய்து பார்க்க முடியுமா? நோய், துன்பம், சாவு இவற்றைத் தவிர, குழந்தைப் பருவ மணமுறை மூலம் குழந்தைகளுக்கு நன்றாக அமைக்கப்பட்ட சிறந்த குடும்ப வாழ்க்கையின் மகிழ்ச்சியும் வசதிகளும் பறிபோகின்றன. முதிர்ச்சியடையாத முறையற்ற உடன்படிக்கையால் மகிழ்ச்சியான திருமணத்தின் குதூகலங்களை இழக்க நேரிடுவதுடன், பிற்காலச் சந்ததியாருக்கும் சரிசெய்ய முடியாத கேட்டை விளைவிக்கிறோம்.

சிறுமி–விதவைகளின் மாபெரும் சோகம்

எல்லாவற்றையும்விட மிக மோசமான விளைவு, இந்துக் குடும்பங்களில் நம்மிடையே பெரும் எண்ணிக்கையில் உள்ள சமூக அந்தஸ்தில் மோசமான நிலையில் உள்ள சிறுமி விதவைகள்.

ஓர் இந்துக் குடும்பத்தில் உள்ள சிறுமி–விதவை வெகு மோசமாகவும் கண்ணியமற்றும் நடத்தப்படுகிறாள். அவளது இந்த விதவை நிலைக்கு அவள் காரணம் இல்லாதபோதும் அவளது வாழ்க்கை அவலமாக்கப்படுகிறது. நான் இங்கே நமது மாகாணத்தில் இந்தக் கொடுமையான வழக்கம் எவ்வளவு அநீதியை இழைத்துள்ளது என்பதைக் காட்டக் கீழ்க்கண்ட புள்ளிவிவரங்களை இந்த அவையின் முன் வைக்கிறேன்.

மொத்தப் பெண்களில் மணம் புரிந்தோர் 97 லட்சத்திலிருந்து 217 லட்சம். விதவையானோர் 40.2 லட்சம். விதவையானவர்கள், மணம்புரிந்த பெண்களில் கிட்டத்தட்டப் பாதியாக உள்ளனர்.

வயது	மணமானவர்கள்	விதவையானோர்
5	20,369	1,316
5–10	1,23,472	6,146
10–15	5,37,206	23,623
15–20	11,76,063	60,544
20–25	17,69,587	1,57,026
25–30	16,55,732	2,23,384
		4,72,039

சிறு வயதில் திருமணம் புரிவதற்கு எதிராக உள்ள பழங்கால அதிகாரபூர்வமான சாஸ்திரங்கள்

சுஸ்ருதர், சரகர் என்னும் இரு மாபெரும் மருத்துவர்கள் பெண்ணுக்கு 16 வயதுக்குப் பிறகும், பையனுக்கு 24 வயதுக்குப் பிறகுமே திருமணம் செய்விக்கலாம் என்று வாதிடுகின்றனர். நம் நாட்டு வரலாற்றின் வேதங்கள், புராணங்கள் காலங்களைப் பார்க்கும்போது மிகச் சிறிய வயதில் திருமணம் செய்வதில்லை என்று அறிகிறோம். சுயம்வரம் மூலமோ அல்லது பெண்கள் விருப்பத்திற்கேற்பவோ திருமணம் செய்வது வழக்கில் இருந்தது.

நம் நாட்டு வரலாற்றை அலங்கரிக்கும் சீதை, தமயந்தி, சாவித்திரி போன்ற உயர்ந்த பெண்களுக்குத் தங்கள் கணவனைத் தேர்ந்தெடுக்க முழுச் சுதந்திரம் அனுமதிக்கப்பட்டது. ஸ்மிருதிகள் காலத்தில்தான் இந்த ஒழிக்கப்பட வேண்டிய வழக்கம் இந்துச் சமுதாயத்தைப் பீடித்தது. தனியே வாழ்ந்த பெண்டிர்களான விஸ்வவாரா, ஷாஷ்வதி, கார்கி, மைத்ரேயி, அபாலா, கோஷா, அதிதி, ரோமாஷா, பானுமதி, லீலாவதி போன்றவர்களின் வாழ்க்கையைப் பார்த்தால், திருமணம் மட்டுமே ஒரு பெண்ணின் வாழ்க்கை லட்சியம் இல்லை என்பது தெரிகிறது. அவர்களால் தனியாக இருந்து தங்கள் வாழ்க்கையைக் கற்றல், ஆராய்ச்சி பயனுள்ள பணியில் செலவழிக்க முடிந்தது என்பதைக் காட்டுகிறது.

சிறு மாகாணங்கள் முன்னோடியாக இருக்க முடியுமென்றால் ஏன் பிரிட்டிஷ் இந்தியா முன்னோடியாக இருக்க முடியாது? பரோடாவும் பரத்பூரும் ஒருபடி முன்னாலேயே இருந்தனர். பரோடா சட்டமன்றம் திருமண வயதைப் பையன்களுக்கு 18 என்றும், பெண்களுக்கு 14 என்றும் தீர்மானித்தது. காஷ்மீரத்தின் மகாராஜா ஒரு புதுச் சட்டத்தைக் கொண்டு

வந்திருக்கிறார். அதன்படி இளம் பெண்களுக்கு 14 வயதுக்கு முன்பும், பையன்களுக்கு 18 வயதுக்கு முன்பும் திருமணம் செய்யக் கூடாது. இந்திய மாகாணங்களான கோண்டால், கோட்டா, மைசூர், இந்தூர் போன்றவை இதைப்போன்ற சட்டங்களை இயற்றியுள்ளன. ராஜ்கோட் மாகாணம் இந்தியாவிலேயே முன்னோடியாக இயற்றிய சட்டப்படி விதிக்கப்பட்ட வயது சிறு பெண்களுக்கும் பையன்களுக்கும் முறையே 15, 19.

இந்த நடவடிக்கை எல்லாத் தரப்பினரிடமிருந்தும் எல்லா மாவட்டங்களிலிருந்தும் ஆதரவையும் இசைவையும் பெற்றிருக்கிறது. அறிவார்ந்த ஆண், பெண் இருபாலருமே, நீண்டகாலமாக இந்த அவசரச் சீர்திருத்தத்தை வற்புறுத்தி வந்தனர்.

கடந்த சில மாதங்களாக இந்தக் கேள்வியை நாடு முழுவதுமே வலியுறுத்திப் பல கூட்டங்கள் மூலம் இதற்கு முடிவுகட்ட ஆதரவு அதிகரித்துவருவது அனைவரும் அறிந்த ஒன்று. இதற்கும் ஒருசில இடங்களிலிருந்து அறியாமையாலும் பழமையில் ஊறிப்போனதாலும் எதிர்ப்பு இருந்துவருகிறது. ஒவ்வொரு நாட்டிலும், எவ்வளவு முன்னேற்றம் அடைந்திருந்தாலும், இதைப்போன்ற சட்டங்களுக்கு எதிர்ப்பு இருந்துகொண்டேதான் இருக்கும்.

பின்தங்கிய மக்களில் சிலர், மூடத்தனமான பழக்கங்களை ஆராதிப்பவர்கள், அவர்கள் பின்பற்றும் வழக்கங்களில் எந்த மாற்றம் வந்தாலும் எதிர்ப்பார்கள். அரசும், நம்மிடையே இருக்கும் சிந்திப்பவர்களும் அவர்களை ஒதுக்கிவைக்க முடியும். ஏனென்றால், அவர்கள்தான் சாதி, தீண்டாமை, பெண்களை அடக்கி வைத்தல் போன்றவற்றைத் தக்கவைத்துக்கொள்ள விரும்புவார்கள். அவர்களால் காலத்தின் போக்கில் செல்ல முடியாது. கோடிக்கணக்கான நமது ஆண்கள், பெண்களின் உடல்நலம், மகிழ்ச்சி போன்ற மிக முக்கியமான விஷயங்களைப் பொறுத்தவரை, யோசனை கேட்க நிச்சயமாக இவர்கள் சரியான மனிதர்கள் அல்லர்.

முடிவு

நாகரிக உலகின் எந்தப் பாகத்திலும் இந்த வழக்கம் பின்பற்றப்படுவதில்லை. நாகரிகமடைந்த எந்த நாட்டிலும் பெண்ணின் வாழ்க்கையை இவ்வளவு மலிவாகக் கருதுவதில்லை. இதைப்போன்ற வழக்கங்கள் இல்லாத நாடுகளில் மக்கள் மகிழ்ச்சியுடனும் ஆரோக்கியத்துடனும் மிகுந்த வளத்துடனும் நம்மைவிட உடல் வலிமை உடையவர்களாகவும் இருக்கின்றனர்.

மதத்தின் பெயரால் பொருளற்ற நடப்புகளில் ஒட்டிக்கொண்டு நாம் திறனற்றுத் துன்பப்படுகிறோம்.

ஏழ்மையாலும் நோய்களாலும் நாம் மிக வருந்துகிறோம். நம்முடைய நாடு சுதந்திரமானதும் இல்லை.

எனவே, நாம் ஒரு வலிமை வாய்ந்த, சுயமரியாதை உள்ள நாடாக வளர வேண்டுமென்றால், உடல்ரீதியாகவும் மனரீதியாகவும் உச்சத்தை அடைய வேண்டுமென்றால் குழந்தைப் பருவத் திருமணப் பழக்கம் ஒழிய வேண்டும். ஏனென்றால், அறிவியலும் அனுபவம் சார்ந்த பார்வையும், ஒரு சிறுமி பெண்ணாக முதிர்வதற்குப் பதினாறு வயது ஆக வேண்டும் என்றும், ஒரு சிறுவன் ஆண்மை அடைய 21 வயது ஆக வேண்டும் என்றும் கூறுகின்றன. எனவே, இதன் தீர்வு உங்கள் கைகளில். இந்தக் கள்ளமில்லாத, துன்பத்தில் உழலும் உதவியற்ற சிறுமியர் சார்பில், கோடிக்கணக்கான சிறுமி-மனைவிகள் சார்பில், கோடிக்கணக்கான சிறுமி-தாய்கள் சார்பில், குழந்தை விதவைகள் சார்பில் நான் இங்கு சட்டசபையில் இருக்கும் எல்லாப் பிரிவினர்களிடமும் இந்துக்கள், முகம்மதியர்கள், கிறிஸ்துவர்கள் என்று அனைவரிடமும் இந்தத் தீர்மானத்தை ஒருமனதாக ஆதரிக்கக் கோருகிறேன். இது கோடிக்கணக்கான நம் சிறுமிகளை அவர்கள் முதிர்ச்சி அடையாத வயதில் மனைவி ஆவதிலிருந்தும் தாய் ஆவதிலிருந்தும், சுமத்தப்பட்ட விதவை வாழ்க்கையிலிருந்தும் காப்பாற்றி, இந்த மெலிந்த தலைமுறைக்குப் பதிலாக எதற்கும் வளையாத, சக்திவாய்ந்த வம்சத்தை உருவாக்க உதவும்.

இந்தத் தீர்மானம் 1928 மார்ச் 27ஆம் தேதி சென்னை மாகாணச் சட்டசபையால் ஒருமனதாக ஏற்றுக்கொள்ளப் பட்டது.

❖❖❖

12

பத்திரிகைகள்லே எல்லாம் இந்திய தேசிய ராணுவத்தினர் விசாரணை பத்தித் தகவல்கள் வந்துண்டே இருக்கு. சரணடைஞ்சவா பட்டியல் எங்கே கிடைக்கும்னு தெரியலை. புலாபாய் தேசாய் பெரிய லாயர். அவர் வாதாடறார்னு போட்ருக்கு. அதனாலே வெற்றி கெடைச்சுரும்னு எல்லோரும் சொல்றதாப் போட்ருக்கு. அப்பறம் மூணு ஜெனரல்கள் பிரேம்குமார் செகால், ஷாநவாஸ் கான், குர்பக்ஸ் சிங் தில்லான் ஆகியோர் மேலே உள்ள வழக்கு விசாரணை முடிஞ்ச பின்னேதான் மத்தவாளை விடுவிப்பான்னு போட்ருக்கு. இப்படியே போயிண்டிருக்க, ஜனங்கள் ஆங்காங்கே போராடறா. பிரிட்டிஷ் ராணுவத்திலே, நேவிலே, இப்படிப் பல இடங்கள்லே பிரச்சினைகள் வருது. ஒருநாள் இந்த ஜெனரல் மூணு பேரையும் விடுதலை பண்ணிடறாங்க. நீல்கமல் சேர்றேன்னு போனானே தவிர சேந்தானா, எந்த ரேங்கிலே இருந்திருப்பான், பிடிபட்டாலும் ராணுவ வீரர்கள்லே இருக்கானா, வேறே பிரிவுகள்லே வேலை பாத்தானா ஒண்ணும் தெரியலை.

அவனுக்குப் போரிலே காயம்பட்டுருக்குமா, உயிரோட இருக்கானா இல்லையா, எதுவுமே தெரியலை. அவன் சொன்னாத்தானே தெரியும். படைவீரர்கள் உட்பட எல்லாரையும் விடுவிச்சுட்டான்னு நியூஸ் படிக்கறேன். இவன் வருவானா. நான் இங்கே மெட்ராஸ்லே இருக்கறதா யூகம் பண்ணிக்க முடியும். மெட்ராஸ் அரசாங்க ஆஸ்பத்திரியிலேதான் நான் இருப்பேன்னு யூகம் பண்ணி ஒரு லெட்டர் போடலாம். ஒருநாள் என் முன்னாலே வந்து அந்த நீலக்கண்ணன் நிப்பான்னு கற்பனை பண்ணிக்கறேன். கற்பனை நல்லாத்தான் இருக்கு. ஆனா நடக்கணுமே.

காங்கிரஸ் கட்சி ஆபிசிலே போயி லிஸ்ட் கிடைக்கு மான்னு கேக்கறேன். அங்கேயிருக்கறவர் நான் டாக்டர்னு சொன்னதும் உக்காரச் சொல்றார். என் பேரன்ன, யாரைத் தேடறீங்க, அவங்க எனக்கு என்ன வேணும்; எப்படித் தெரியும்... இப்படி ஆயிரத்தெட்டு கேள்வி கேக்கறார். நான் என் பேரு, அவன் பேரு சொல்லி பெங்காலைச் சேந்தவன்னு சொல்றேன். உங்களுக்கு என்ன உறவுன்னு கேக்கறார். நான் என்ன பதில் சொல்றது. என் பிரெண்டோட அண்ணன்; என் பிரெண்ட் இப்ப என்கூட ஆஸ்பத்திரியிலே வேலை பாக்கறான்னு சொல்றேன். பிரெண்ட் பேரென்னனு கேக்கறார். நான் நிகிதா பானர்ஜின்னு சொல்றேன். நீல்கமலோட அப்பா பேரென்னனு கேக்கறார். இப்ப தெரியாது; அடுத்த தடவை வரும்போது கேட்டுண்டு வந்து சொல்றேன்னு சொல்றேன். என் அட்ரஸ் கேக்கறார். நான் ஆஸ்பத்திரி அட்ரஸைக் கொடுக்கறேன். வீட்டு அட்ரஸ் கேக்கறார். நான் ஆஸ்பத்திரி அட்ரஸுக்கு லெட்டர் போட்டா வந்துரும்னு சொல்றேன். எல்லாத்தையும் ஒரு பேப்பர்லே குறிச்சுக்கறார். எனக்கு ஏன் இப்படி வந்து மாட்டிண்டோம்னு தோணறது. ஒண்ணும் பிரயோசனப்படாதுங்கிற முடிவுக்கு வந்துட்டேன்.

அவனை நெனைச்சு, அவன் இல்லாம, எங்கே யிருக்கான்னு தெரியாமத் தவிக்கறதுதான் நேக்கு ஏற்பட்ட விதின்னு நெனைச்சுக்கறேன். அவன் அன்னிக்கு என்னைக் கட்டிண்டானே; நானும் அவனைக் கட்டிண்டேனே, அந்த நாள்தான் நேக்குக் கல்யாணம் நடந்த நாள்னு நெனைச்சுக்க வேண்டியதுதான்.

ராத்திரி தூக்கத்துலே ஒரு கனவு கண்டு முழிச்சுக்கறேன். கனவுலே நான் ஆஸ்பத்திரியிலே இருக்கறச்சே, தாடியும் மீசையுமா மெலிஞ்ச தேகத்தோட ஒருத்தன் என்னைப் பாக்க வந்து என் முன்னாடி நிக்கறான். நேக்கு அடையாளம் தெரியலை. அவன் கண்ணைப் பாக்கறேன். நீலக்கண்கள். பதறிப்போறேன். நீல்கமல்னு சொல்றேன். அவன் தலையாட்றான். அய்யோ இதென்ன கோலம். உக்காரச் சொல்றேன். இது பேஷண்ட்களைப் பாக்கற இடம். நான் அங்கிருந்த நர்ஸ்கிட்டே சொல்லிட்டு என் அறைக்கு அவனைக் கூட்டிண்டு போறேன். நேக்கு நடக்குமுடியாம கால் நடுங்கறது.

அவனைப் பாக்கவே சகிக்கலை. இவனை யாருன்னு சொல்றது. எங்கே தங்க வைக்கறது. முதல்லே இவனை இந்தக் கோலத்துலே இருந்து சரிபண்ணணும்.

"நான் தப்பான முடிவு எடுத்துட்டேன். சரியான ஆயுதம், சரியான பயிற்சி இல்லாத ராணுவம். லட்சியம் மட்டும் இருந்தது. உணவுத் தட்டுப்பாடு, வேற வழி இல்லை. பிரிட்டிஷ் ராணுவத்துகிட்டே சரணடைஞ்சு, இப்ப வெளியே விடுவிச்சுட்டாங்க."

"எங்க தங்கியிருக்கே."

"பணம் கொஞ்சமா இருந்தது. ஒரு சின்ன லாட்ஜ்லே தங்கியிருக்கேன்."

"முதல்லே சலூன் கடைக்குப் போயி நல்லா சவரம் பண்ணிண்டு, முடியைக் கொறைச்சுண்டு வா. நான் இங்கேயேதான் இருப்பேன்."

"எனக்குக் கொஞ்சம் பணம் வேணும்."

நான் பர்ஸ்லே இருந்து பணத்தை எடுத்துக் கொடுக்கறேன். இந்த நிலையிலா இவனை நான் பாக்கணும். அவன் பணத்தை வாங்கிண்டு போறான். நான் அவன் போறதைப் பாத்துண்டிருக்கேன். இதுக்கா இவ்வளவு நாள் கற்பனையோட இருந்தேன்னு எண்ணம் வந்து என்னைப் பாத்து நானே பரிதாபப் படறேன். அன்னிக்கு இருந்த நீல்கமல் இவன் இல்லை.

❖❖❖

13

என் தங்கை ராதாவுக்கு வயிற்றில் கடுமையான வலி ஏற்பட்டது. மலச்சிக்கலும் இருந்தது. மலத்தில் சிறிது ரத்தமும் கலந்திருந்தது. அவளுக்கு மலச்சிக்கலுக்குச் சிகிச்சை செய்தேன். சரியாகவில்லை. அடிவயிற்றில் அவளுக்குக் கடுமையான வலி ஏற்பட்டுக் கத்துவாள். நேக்கு மனசு கலங்கிப்போச்சு. என் ஒரே தங்கை. நேக்கு அவளும் அவளுக்கு நானுந்தான் உறவு. ஏன் இப்படி நேக்கு சோதனை வருது. அவளுக்கு ஏதோ வினோத நோய் ஏற்பட்டுருக்குன்னு நேக்குப் பயம் வந்துடுத்து.

நான் நெனைச்சது சரிதான். பரிசோதனைலே அவளுடைய மலக்குடல்லே கட்டி ஒண்ணு இருக்கறது தெரிஞ்சுடுத்து. இங்கிலீஷ் டாக்டர் எலிசபெத்கிட்டே அவளைப் பரிசோதனைக்குக் அழைச்சுண்டு போனேன். அவர் பரிசோதித்தார். நேக்கு என் ராதா படற வேதனையைத் தாங்கிக்க முடியலே. என் வாழ்க்கைதான் சரியில்லாமப் போயிடுத்து. என் தங்கை வாழ்க்கையாவது நன்னா அமையணும்னு நெனைச்சுண்டிருக்கேன். எலிசபெத் கட்டியிலிருந்து மாதிரி எடுத்து பரிசோதனை பண்ணிட்டு, மலக்குடலில் உள்ள கட்டி புற்றுநோய் மாதிரித் தெரியறதாச் சொல்றார். ராதா படற கஷ்டங்களைப் பாத்து நான் அவளுக்குத் தெரியாம தனியே அழுதுண்டு, அவளுக்குத் தைரியம் சொல்லிண்டிருந்தேன். நேக்கு இப்போ தெரிஞ்சுடுத்து, அவளுக்கு வந்துருக்கறது தீர்க்க முடியாத வியாதின்னு.

நான் டாக்டர் முத்துலட்சுமி ரெட்டியைப் பாக்கப்போனேன். அவங்க தங்கை சுந்தராம்பாளும் இதே மாதிரி மலக்குடல் புற்றுநோயிலேதான் தவறிப்போயிருக்கா. அதுக்கு அப்பறம்தான்

முத்துலட்சுமி ரெட்டி புற்றுநோய் பத்திச் சிறப்புப் படிப்புக்காக லண்டன் போயிட்டு வந்துருக்காங்க. வந்து ராதாவைப் பாத்து பரிசோதனை பண்ணினாங்க. டாக்டர் எலிசபெத் தோடயும் விவாதிச்சாங்க. ரெண்டு பேரும் இது புற்றுநோய்க் கட்டின்னும் ஆபரேஷன் பண்ணி அகற்றலாம்னும் சொல்றாங்க. ஆனா அது பெரிய ஆபரேஷன்; உயிருக்கு உத்தரவாதம் இல்லைன்னும் தெரிஞ்சுண்டேன்.

திட உணவா எதுவும் எடுத்துக்க முடியாம நீர் ஆகாரமா அவளுக்குக் குடுத்துண்டு வந்ததால அவ மெலிஞ்சு பலவீனமா இருக்கா. நான் தூக்கமில்லாமத் தவிக்கறேன். ஆபரேஷன் பண்ணினாலும் பலன் இருக்குமான்னு தெரியலை. ஆனா வேற வழியில்லை. ஆபரேஷன் பண்ணிப் பாப்போம்ங்கற முடிவுக்கு வந்துட்டோம்.

ராதாவோட நிலையைப் பாத்தால் நேக்கு பரிதாபமா இருந்தது. நேக்கு அம்மாவும் இல்லை; அப்பாவும் இல்லை; உதவி செய்த மாமனாரும் இல்லை; இப்ப தங்கையும் இல்லாம ஆகிருவாளோன்னு பயமா இருக்கு. நீல்கமல்னு ஒருத்தன் என் வாழ்க்கைலே வந்தான். அவனும் இப்ப இருக்கானா இல்லையான்னு தெரியலை.

நாள் குறிச்சு ராதாவை ஆபரேஷன் அறைக்கு அழைச்சுண்டு போறா. டாக்டர் எலிசபெத் ஆபரேஷன் பண்ணப்போறாங்க. நான் வெளில உக்காந்துருக்கேன். உள்ளே ஆபரேஷன் நடந்துண்டிருக்கு. திடீர்னு உள்ளேயிருந்து டாக்டர் எலிசபெத் வர்றாங்க. முகம் சோகமா இருக்கு. பக்கத்துலே வர்றாங்க. நான் எழுந்து நிக்கறேன். அவங்க சொல்றாங்க:

"உன் தங்கை கடவுளோட காலடியிலே சேந்துட்டா."

நான் கதறி அழறேன்.

"இப்படிச் சின்ன வயசுலயே போய்ட்டாளே"ன்னு கூப்பாடு போடறேன். அங்க இருக்கறவா என் சத்தம் கேட்டு ஓடி வர்றா. நேக்கு மயக்கம் வந்துடுத்து.

❖❖❖

14

எல்லாம் முடிஞ்சுடுத்து. ராதா சாம்ப லாயிட்டா. முத்துலட்சுமி ரெட்டியும் சிஸ்டர் சுப்புலட்சுமியும் நேக்கு ஆறுதல் சொன்னாங்க. என் மனசு உடைஞ்சு போச்சு. தூக்க மாத்திரை போட்டுண்டுதான் தூங்கறேன். என் வாழ்க்கையிலே ஏன் இவ்வளவு சோதனைன்னு தோண்றது. என் டாக்டர் தொழிலைப் பாத்துண்டு சமூகத்துக்குப் பாடுபடணும்னு தோண்றது. டாக்டர் முத்துலட்சுமி ரெட்டியோட சேந்து ஒத்துழைக்கலாம்னு தோண்றது. காலம்தான் என் காயங்களை ஆத்தணும்னு தத்துவார்த்தமா நெனைச்சுக்கறேன்.

நீல்கமலிடமிருந்து கல்கத்தா அட்ரஸ் போட்டு முன்னே ஒரு லெட்டர் நேக்கு வந்தது என் நெனவுக்கு வர்றது. பாதித் தூக்கத்துல எழுந்து போய்ப் பெட்டிலேயிருந்து அவன் லெட்டரை எடுக்கறேன். பின்னால கல்கத்தா அட்ரஸ் இருக்கு. இதான் அவன் அட்ரஸா அல்லது வேற அட்ரஸை எழுதியிருக்கானா. தெரியலை. இந்த அட்ரஸுக்கு நீல்கமல் பேரைப் போட்டு ஒரு லெட்டர் எழுதலாம்னு தோண்றது. அவன் கைக்குக் கிடைக்கும்னு உத்தரவாதம் இருந்தா என் பேரைப் போட்டு அவன் நிலையைத் தெரிஞ்சுக்கலாம். அந்த உத்தரவாதமும் இல்லை. ஒருவேளை ஐ.என்.ஏ.லிருந்து இடையிலே கல்கத்தா வந்து அவன் சொந்தத்துலே கல்யாணம் பண்ணிண்டானா. யோசிக்க யோசிக்க வழக்கமா வர்ற தலைவலி வந்துர்றது.

கடைசியிலே அவனுக்கு லெட்டர் போடறதுன்னு தீர்மானம் பண்ணிடறேன். காத்தாலே எழுந்த உடனே முதல்லே ஒரு டிராப்ட் ரெடி பண்றேன்.

அன்புள்ள நீல்கமல்,

நான் லலிதா எழுதுகிறேன். மெட்ராஸ் அரசாங்க ஆஸ்பத்திரியிலே டாக்டராகப்

பணி செய்கிறேன். என் தங்கை ராதா புற்றுநோயினால் இறந்துவிட்டாள்.

நீ எப்படி இருக்கிறாய். உன்னிடமிருந்து தகவல் ஏதும் இல்லை. இந்த அட்ரஸில்தான் இருக்கிறாயா என்றும் தெரியவில்லை. ஒரு நம்பிக்கையில் எழுதுகிறேன். இக்கடிதம் கிடைத்ததும் பதில் எழுதவும்.

டில்லியிலோ அல்லது நீ குறிப்பிடும் இடத்திலோ நாம் சந்திக்கலாம். எனக்கு உன் நினைவாகவே இருக்கிறது.

அன்புடன்
லலிதா

பிறகு யோசிக்கிறேன். 'எனக்கு உன் நினைவாகவே இருக்கிறது'ங்கற வரியை எடுத்துடலாம்னு தோண்றது. ஒரு ஜாக்கிரதை உணர்ச்சிதான்.

அந்த வரியை எடுத்துர்றேன். மத்தபடி சரியா இருக்கறதா தோண்றது. பேப்பர்லே எழுதறேன். கவர்லே போட்டு ஒட்டறேன். ஆஸ்பத்திரி போற வழியிலே இருக்கற போஸ்ட் பாக்ஸ்லே கடவுளை வேண்டிண்டு போடறேன். இது போய்ச்சேர எத்தனை நாள் ஆகும்னு தெரியலை. அவன் உடனே பதில் எழுதி போஸ்ட் பண்ணினா அதே அளவு நாட்கள் ஆகும். நானா ஒரு கணக்குப் போட்டுப் பத்துப் பதினஞ்சு நாட்கள்லே பதில் வரும்னு நெனைச்சுக்கறேன்.

தூக்க மாத்திரை போட்டுண்டாலும் லேட்டாதான் தூக்கம் வர்றது. கனவா, கற்பனையான்னு தெரியாம ஏதேதோ நிகழ்ச்சிகள் ஓடறது.

நீல்கமல் முடி வெட்டிண்டு, ஷேவ் பண்ணிண்டு வந்து என் முன்னாலே நிக்கறான். சிரிக்கறான். நான் அவனைக் கூட்டிண்டு என் அறைக்குப் போறேன். மேஜையின் இந்தப்பக்கம் நான்; அந்தப்பக்கம் அவன். அவன் சொல்றான்:

"பிரிட்டிஷ் ஆர்மியிலே பாதி ஆட்கள் இந்தியர்கள்தான். சண்டையில அவங்களையும் எதுத்துதான் போராடணும். அந்த ஆர்மியிலே இருந்த எல்லாரும் நல்ல பயிற்சி பெற்றவங்க. எங்களுக்குச் சுட மட்டும் தெரியும். இருந்தாலும் போராடிப் பாத்தோம். இழப்பு அதிகம். சாப்பாடு, தண்ணீருக்குத் தட்டுப்பாடு. ஜெர்மனி, ஜப்பான் நாடுகளிலிருந்து எதிர்பார்த்த உதவி கிடைக்கல. ஒருநாள் சுபாஷ் சந்திர போஸ் கூட அமர்ந்து உணவு உண்ணும் வாய்ப்புக் கிடைச்சது. அவர் பெரிய ஆளுமை. அவர் பேசினா கேக்கறவங்க அவர்வசப்பட்டுருவாங்க. நாங்க இருந்த ரெஜிமெண்ட் பிற ரெஜிமெண்ட்களிலிருந்து

துண்டிக்கப்பட்டது. நாங்க பிரிட்டிஷ் ராணுவத்துக்கிட்ட சரண் அடைஞ்சப்ப இந்திய லாயர்கள் எங்களை விடுவிக்கப் போராடினாங்க. நாடு முழுக்க எங்களுக்கு ஆதரவா ஆங்காங்கே கிளர்ச்சி ஏற்பட்டது. புலாபாய் தேசாய் கோர்ட்ல வாதாடினார். நாங்கள் விடுவிக்கப்பட்டோம்.

எனக்குக் கல்கத்தா போக விருப்பமில்லை. என் தாயார் இறந்துவிட்டதாக அறிந்தேன். அப்பா என் வயதுக்கும் குறைவான ஒரு பெண்ணைத் திருமணம் செய்துகொண்டார். என் அப்பாவுக்கும் அவரோட சகோதர்களுக்கும் சொத்துச்சண்டை. அவரோட சகோதரர்கள் கெட்டவர்கள். என் அப்பாவைக் கொன்றுவிடுவார்கள். இந்தச் சூழ்நிலை எனக்குப் பிடிக்கலை. உன்னோட இருக்கறதைத்தான் நான் விரும்பறேன்."

"நீ லா முடிச்ச சர்ட்டிபிகேட் எல்லாம் உங்கிட்ட இருக்கா."

"இருக்கு. நான் அதையெல்லாம் டில்லியிலே ஒருத்தர்கிட்ட கொடுத்துட்டுத்தான் ஐ.என்.ஏ.யில் சேந்தேன். பிறகு விடுவிக்கப் பட்ட பின் அவரிடமிருந்து பெற்றுக்கொண்டேன். அதெல்லாம் எங்கிட்டதான் இருக்கு."

"நீ அதை வைச்சுண்டு லாயரா என்ரோல் பண்ணு. இங்கே உள்ள ஹைகோர்ட்லே பிராக்டிஸ் பண்ணு. முதல்லே அதைச் செய்."

"அடுத்தகட்ட வேலை அதுதான். நான் உன்கூட வந்து உன் வீட்ல தங்க முடியாது. லாட்ஜில் தங்க செலவு அதிகமாகிறது. எனக்கு ஒரு வீடு பாத்துக் கொடு. நான் அந்த வீட்லே தங்கி இந்த வேலைகளைச் செய்யறேன். அனந்தராமன்ங்கற லாயர்கிட்ட ஜூனியரா சேந்து தொழிலைக் கத்துக்கலாம்னு இருக்கேன்."

"எல்லாத்தையும் சாமர்த்தியமாச் செய். அன்னிக்கி இருந்த லலிதா இல்ல நான். நீயும் அன்னிக்கு இருந்த நீல்கமல் இல்லை. நாம ஓரளவுக்குப் பக்குவப்பட்டுட்டோம்."

நான் மேஜையிலே கையை வைச்சு உக்காந்திருக்கேன். அவன் எதுத்தாப்பலே இருக்கான். என் கையைப் பிடிச்சுடு வானோன்னு தோண்றது. கையை எடுத்துக்கறேன். ஏன் இப்படிச் செய்றேன். நான் இப்ப டாக்டர் லலிதா. அன்னிக்கு இருந்த லலிதா கெடையாது. அவனும் அன்னிக்கு இருந்த நீல்கமல் இல்லைன்னு மறுபடியும் நெனைச்சுக்கறேன்.

தூக்கம் கலைந்து தலை வலிக்கற மாதிரி இருக்கு. எழுந்து பானைலே இருந்து டம்ளரில் தண்ணீரை எடுத்துக் குடிக்கறேன்.

◆◆◆

15

அனந்தராமன் வக்கீல் முன்னாலே நீல்கமல் நிக்கறான். அவர் நிமிந்து பாக்கறார். உச்சிக்குடுமி, நெத்தியிலே திருமண். பஞ்சகச்சம் கண்டிண்டு, சட்டை போட்டு, அதுக்கு மேலே கோட் போட்டுண்டு உக்காந்துருக்கார். கோர்ட்டுக்குப் போறச்சே தலையிலே வைச்சுக்கற டர்பன் தனியா இன்னொரு மேஜையிலே இருக்கு.

நான் ஜூனியரா சேரலாம்னு வந்துருக்கேன்னு நீல்கமல் சொல்றான்.

"யார் நீ."

"நான் நீல்கமல். பெங்காலைச் சேந்தவன். டில்லியிலே லா படிச்சேன். இங்கே ப்ராக்டிஸ் பண்ண விருப்பம். நீங்க பிரபல லாயர்னு கேள்விப்பட்டு வந்தேன்."

"நீ கல்கத்தா போகவேண்டியதுதானே."

"எனக்கு விருப்பமில்லை. மெட்ராஸ்லே இருக்குறதுக்குத் தனிப்பட்ட காரணங்கள் இருக்கு."

"தமிழ் தெரியுமா."

"தெரியாது."

"கோர்ட் மொழி இங்கிலீஷ். கிளையண்ட்டோட மொழி தமிழ். தமிழ் தெரியாம எப்படி வழக்கைப் புரிஞ்சுண்டு நடத்த முடியும். டைப் அடிக்கத் தெரியுமா."

"தெரியும்."

"நான் உன்னை என் பெர்சனல் கிளர்க் மாதிரி வைச்சுக்கறேன். நான் டிக்டேட் பண்றதை டைப் அடிக்கணும். தப்பில்லாம அடிக்கணும். கட்டுகளை எடுத்துண்டு எங்கூட கோர்ட்டுக்கு வரணும். ரீஜனல் மொழி தெரியாம கிளையண்ட்டே அட்டெண்ட்

பண்ண முடியாது. பின்னாடி கொஞ்சமா தமிழ் பேசக் கத்துக்க லாம். ஆனா வாசிக்க முடியாது. பாப்போம். இப்போதைக்கு நான் சொன்ன மாதிரி இருக்கலாம்னு தோணித்துன்னா வேலை போட்டுத் தரேன். சர்ட்டிபிகேட்லாம் இருக்கா."

"இருக்கு." அவன் காட்றான்.

அனந்தராமன் பாத்துட்டு அவங்கிட்டயே திருப்பிக் கொடுக்கறார்.

"சரி. நாளன்னிக்கு வெள்ளிக்கிழமை. நல்ல நாள். ஆபிசுக்கு வந்துடு."

இப்ப நீல்கமல் என் முன்னாலே நிக்கறான். அவனோட என் அறைக்குப் போறேன். அவன் என் முன்னாலே உக்காந்து நடந்ததைச் சொல்றான்.

"ஆமாம். இங்கே பல ரிக்கார்டுகள் தமிழ்லேதான் இருக்கும். தமிழ் மட்டுமே தெரிஞ்ச மனுசாள்தான் இங்க ஜாஸ்தி. அவாதான் கிளையண்ட்டா வருவா. தமிழ் பேசக் கத்துண்டுடலாம். மெட்ராஸ்லே இருக்கறச்சே சுலபமா வந்துடும். எழுதப் படிக்கறதுதான் கஷ்டம். துணைக்கு ஆள் வைச்சுக்கலாம். அதெல்லாம் பின்னாடி தனியா ப்ராக்டிஸ் பண்றப்ப யோசிக்க லாம். இப்போதைக்குத் தொழிலைக் கத்துக்கோ."

அவன் தலையாட்டிண்டு உக்காந்திருக்கான். பார்க்லே டில்லியிலே சந்திக்கறச்சே அவன் பேசுவான்; நான் தலையாட்டிண்டு இருப்பேன். காலம்தான் எப்படியெல்லாம் மார்றது.

"நாம வெளியே சந்திக்கலாம். டில்லியிலே பார்க் கிடைச்ச மாதிரி. இங்க ஏதாவது இடம் இருந்தா சந்திக்கலாம். இந்த இடம் ரொம்ப இறுக்கமா இருக்கு."

"நேக்கும் அப்படித்தான் இருக்கு. நான் இடத்தைக் கண்டுபிடிச்சுச் சொல்றேன். பார்க்தான் சரியான இடம். இங்க எங்க போனாலும் கூட்டமா இருக்கும். பெரிய பார்க்கா பாக்கணும். நான் கண்டுபிடிச்சுச் சொல்றேன். நீ இந்த நம்பர்லே பகல் வேளையிலே போன் பேசலாம். என் பேரைச் சொன்னா இணைப்புக் கொடுப்பா."

நான் நம்பரை ஒரு பேப்பரில் எழுதிக் கொடுக்கறேன். அவன் அதைப் பாத்துட்டு பர்சுக்குள்ள வைச்சுக்கறான்.

"அப்பறம்..." என்கிறான்.

நான் கையை மேஜையிலே இருந்து எடுத்துக்கறேன். மேஜை இருக்கறதினாலே அவன் என் பாதத்தைப் பாக்க முடியாது. அவன் சிரிக்கறான். நானும் சிரிக்கறேன். அவன் எழுந்து போறான்.

நான் காத்தாலே எழுந்து சீயக்காய் போட்டுத் தலைக்குக் குளிக்கறேன். இன்னிக்கு லீவு போட்டாச்சு. நேக்குப் பிடிச்ச தயிர்சாதம், உருளைக்கிழங்குப் பொரியல், மாவடு, அப்பளம் தயார் பண்ணியாச்சு. ரேடியோவிலே பாட்டு கேக்கறேன். சாப்டுட்டுத் தூங்கறேன். மணியைப் பாத்துக்கறேன். குளிக்கறப்ப பாத விரல்களின் இடுக்குக்குள்ளே எல்லாம் கைவிட்டுச் சுத்தம் பண்ணியாச்சு. லேசா பட்டும் படாம கிரீம் தடவிக்கறேன். லலிதா . . . பளபளன்னு இருக்கியான்னு என்னையே நான் கேட்டுக்கறேன். சாயந்தரமா பார்க் போறச்சே பாதங்களைச் சரியா வைச்சுக்கணும்.

நான் இப்ப பார்க்குக்குள்ளே நுழைஞ்சுட்டேன். இந்த பார்க், நாங்க டில்லியிலே சந்திப்போமே அந்த பார்க் மாதிரியே இருக்கு. அதே மாதிரி ஒரு பெஞ்சுலே அவன் உக்காந்திருக்கான். காலம் பின்னோக்கிப் போயிடுத்தா. என்னைப் பாத்துட்டான். எழுந்து நிக்கறான். நான் நடந்து அவங்கிட்ட போறேன். நடக்கறச்சே நடை நல்லா இருக்கான்னு சந்தேகம் வர்றது. ஒருத்தர் பாக்கறச்சே நடக்கறதைக்கூட கான்ஷியஸ்ஸா பண்ண வேண்டியிருக்கு. நான் அவனை அடைந்து அவன் பக்கத்துலே உக்கார்றேன். பாதம் தெரியற மாதிரி புடவையை லேசா மேலே வழிச்சுக்கறேன். நைசா, தற்செயலா செய்யற மாதிரி செருப்பைக் கால்லேயிருந்து நழுவ விடறேன். இப்ப பாதம் நன்னா தெரியறது. பளிச்சுன்னு இருக்கு.

நான் நெனைச்ச மாதிரியே அவன் பாதத்தையே பாக்கறான். ஏதோ பேசறான். அப்பறம் பாதத்தைப் பாக்கறான்.

“லாயர்ட்டே வேலையெல்லாம் கத்துண்டிருக்கியா”ன்னு கேக்கறேன்.

அவன் சொல்றான்: “லா படிக்கறது வேற, நடைமுறைப் படுத்தறது வேற. சீனியர் டிக்டேட் பண்றப்ப வேகமாச் செய்றார். அவர் வேகத்துக்கு டைப் அடிக்கறது சிரமம். அடிக்கறதுக்கு லேட் ஆகறப்ப அவர் டிக்டேஷனைக் கொஞ்ச நேரத்துக்கு – கொஞ்ச நேரத்துக்குத்தான் – நிறத்த வேண்டியிருக்கு. அப்படிச் செய்றதுல அவருக்கு ப்ளோ பாதிக்குதுன்னு எனக்குத் தெரியுது. ஆனா இவ்ளோ வேகமாச் சொன்னா எப்படி டைப் அடிக்கறது.”

அப்பறம் பாதத்தைப் பாக்கறான். அவன் பாக்கறான்னு தெரிஞ்சப்பறம் நேக்குக் கூச்சம் வந்துடுத்து. என் கையை எடுத்து அவன் கைக்குள்ளே வைச்சுண்டா நல்லா இருக்கும்னு தோணறது. இது என் அறை இல்லை. இது பார்க். அங்க வராத பீலிங் எல்லாம் இங்க வர்றது. இதென்ன சோதனை.

தூக்கம் கலையறது. தலை வலிக்கறது . . . படுக்கை யிலிருந்து எழுந்து உக்கார்றேன்.

◆◆◆

16

நீல்கமலுக்கு நான் கல்கத்தா அட்ரசுக்குப் போட்ட லெட்டருக்குப் பதில் வரும்னு காத்திருக்கறேன். அந்த லெட்டரைப் பலவிதமா கற்பனை பண்ணிக்கறேன்.

அன்புள்ள லலிதா,

உன் கடிதம் கண்டு மகிழ்ச்சியடைந்தேன். பல்வேறு சூழ்நிலைகளின் நெருக்கடிகளினால் உன்னைத் தொடர்புகொள்ள முடியாமல் ஆகிவிட்டது. நீ படிப்பை முடித்து அரசாங்க ஆஸ்பத்திரியில் டாக்டராக இருப்பதை அறிந்து மகிழ்ச்சி. நான் இங்கு நன்றாக இருக்கிறேன். உன் தங்கை இளவயதில் இறந்தது அறிந்து வருந்தினேன்.

நான் கல்கத்தா ஹைகோர்ட்டில் வக்கீலாகப் பணிபுரிவதுதான் வக்கீல் தொழிலின் வளர்ச்சிக்குச் சரியாக இருக்கும். ஆனால் நீ கல்கத்தாவில் இருப்பது சரியாக இருக்காது. அதனால் நான் மெட்ராஸ் வந்து இருப்பதுதான் சரி. உன்னைச் சந்திக்கிறேன். நாம் வருங்காலத்தைத் திட்டமிடுவோம். நான் வரும் தேதியை அடுத்த கடிதத்தில் தெரிவிக்கிறேன். நீ பதில் எழுதவும். நான் எப்போதும் உன் நினைவாகவே இருக்கிறேன்.

உன் காதலன்
நீல்கமல்

அன்புள்ள நீல்கமல்,

என் கடிதத்துக்குப் பதில் வந்தது எனக்கு மகிழ்ச்சியாக இருக்கிறது. பல தடவைகள் அந்தக் கடிதத்தை நான் படித்தேன். குறிப்பாகக்

கடிதத்தின் இறுதி வரியையும் உன் கையெழுத்துக்கு மேலே உள்ள வரியையும் நான் ரசித்தேன்.

நான் ஒரு பால்ய விதவை என்பதை உனக்கு நினைவுபடுத்துகிறேன். நாம் மகிழ்ச்சிக்காக இதுபோல் கடிதம் எழுதிக்கொள்வதும் சந்திப்பதும் மட்டும் போதாது. நான் திருமணம் செய்துகொள்வதற்குச் சட்டம் ஆதரவாக இருப்பதாக ஒருமுறை கூறினாய். இங்கு சில முக்கிய மான ஆட்கள் முன்பாக அதைச் செய்துகொள்ளலாம். இதுபற்றி நாம் இதுவரை பேசிக்கொண்டதில்லை. நான் நேரடியாக இதுபற்றி இப்போது பேசுகிறேன். மேலும் நான் தனியாக இருக்கிறேன். சொந்தபந்தம் என்று சொல்லிக்கொள்வதற்கு ஆட்கள் இல்லை. மேலும் வருடங்களைக் கடத்த வேண்டாம் என்று தோன்றுகிறது. நீ கூறியது போல் அடுத்த கடிதத்தில் நீ வரும் தேதியைக் குறிப்பிடு. நான் உன்னை ஆவலுடன் எதிர்பார்க்கிறேன்.

அன்புள்ள
லலிதா

அன்புள்ள லலிதா,

உன் பெயரை எழுதும்போதே எனக்கு மனக்கிளர்ச்சி ஏற்படுகிறது. பால்யத்தில் உனக்கு நடந்த திருமணத்தை நான் ஒரு பொருட்டாக நினைக்கவில்லை. என் குடும்பத்தாரின் விருப்பங்களையும் நான் பொருட்படுத்தவில்லை. நான் மெட்ராஸ் வந்து அங்கு லாயர் தொழில் செய்வதுதான் பொருத்தமாக இருக்கும். திருமணம் செய்துகொண்டு அந்தத் தகவலைக் கடிதம் மூலம் என் குடும்பத்தினருக்குத் தெரியப்படுத்திவிடலாம்.

நேரில் வரும் தேதியை இக்கடிதத்தில் கூற முடிய வில்லை. விரைவில் உன்னைச் சந்திக்க வருவேன். அப்போது எனக்கு அன்பு முத்தங்கள் கொடுப்பாய் அல்லவா.

உன் நினைவு என்னை வாட்டுகிறது.

அன்பு முத்தங்களுடன்
நீல்கமல்

அன்புள்ள காதலருக்கு,

உன் கடிதம் கண்டேன். நீ பழமையான எண்ணங்களி லிருந்து விடுபட்டவனாக இருப்பது அறிந்து மகிழ்ச்சி அடைகிறேன். நம்மிடம் நெருக்கம் கூடக்கூட உன்மீது எனக்குள்ள அன்பும் கூடுகிறது.

அன்பே, நீ என்னைச் சந்திக்கும்போது நீ எதிர்பார்ப்பதை நான் தருகிறேன். நிறைய எழுத ஆசை. ஆனால் நான் பெண். என்னைக் கட்டுப்படுத்திக்கொண்டு எழுதுகிறேன்.

உன்னை உயர்ந்த இடத்தில் வைத்திருக்கிறேன். வா. விரைவில் வா.

பிரியங்களுடன்
லலிதா

பிரிய காதலி லலிதாவிற்கு,

உன் கடிதம் கண்டேன். விரைவில் உன்னைச் சந்திக்க வருகிறேன். இங்குள்ள சூழ்நிலை சரியில்லை. சொத்துப் பிரச்சினை, குடும்பப் பிரச்சினைகள் உள்ளன. நான் பழமையான எண்ணங்களிலிருந்து எப்போதும் விடுபட்டவனாகவே இருக்கிறேன்.

நம் திருமணத்தை எப்படி நடத்திக்கொள்வது என்பதைப்பற்றி நான் சிந்தித்துக்கொண்டேயிருக்கிறேன். மெட்ராஸில் வைத்துக்கொள்வதே நல்லது என்று நினைக்கிறேன். உன்னைப் பொட்டும் பூவுமாக மணமகளாகக் கற்பனை செய்துகொள்வது எனக்கு மிகுந்த மகிழ்ச்சியைத் தருகிறது. மணமகள் தோற்றம்தான் ஒரு பெண்ணுக்கு அழகைத் தருவது. அத்தோற்றத்தில் உன்னைக் காண வேண்டும் என்ற ஆசை எனக்கிருக்கிறது.

நாம் தாம்பத்ய வாழ்வில் இருப்பதாகக் கற்பனை செய்து கொள்கிறேன். எனக்குள் ஏற்படும் பரவசத்தைச் சொல்ல வார்த்தைகளில்லை. விரைவில் சந்திப்போம்.

அன்பு முத்தங்களுடன்
நீல்கமல்

அன்புள்ள காதலருக்கு,

உன் கடிதம் கண்டு நான் அடைந்த மகிழ்ச்சியை என்னால் விவரிக்க இயலாது. மலர்ச்செடிகள் உள்ள தோட்டத்தில் உலவும்போது கிடைக்கும் இன்பத்தை உன் கடிதத்தைப் படிக்கும்போது உணர்கிறேன்.

விரைவில் உன் சொந்தப் பிரச்சினைகள் தீர வேண்டும் என்று பிரார்த்தனை செய்துகொள்கிறேன். மணமகளாக என்னைக் கற்பனை செய்துகொள்ளும்போது எனக்கு வெட்கம் ஏற்படுகிறது. உன்னை மணமகனாகக் கற்பனை

செய்துகொள்ளும்போது உன் அழகு என்னைப் பெருமிதம் கொள்ள வைக்கிறது. நீ அழகன். உன் நீலக்கண்கள் வசீகர மானவை. என்னை மயக்கும் கண்கள். நான் உன் நீலக்கண் களை நெருக்கத்தில் பார்க்கும்போது இதயம் படபடத்து மயங்காதிருக்க வேண்டும்.

உன் நினைவாகவே இருக்கிறேன். பிரிந்தவர் கூடும்போது ஏற்படும் மகிழ்ச்சியை நான் என்று அடைவது.

அன்புக்காதலி
லலிதா

அன்புள்ள காதலி லலிதா,

உன் கடிதத்திற்காகக் காத்திருப்பது எனக்கு ஏக்கத்தைத் தருகிறது. உன் கடிதத்தைப் படிக்கும்போது எனக்கு இன்பம் ஏற்படுகிறது. பிரிக்கும்போதே அதில் உன் உருவம் தெரிகிறது. என்னைப் பார்த்துச் சிரிப்பது தெரிகிறது. நானும் சிரித்துக்கொள்கிறேன்.

அன்பே, நீ மணமகளாகவும் நான் மணமகனாவும் இருக்கும் காட்சியை அடிக்கடி நினைத்துக்கொள்வதால் கனவிலும் அக்காட்சியே வருகிறது. யாரும் பார்க்காதபோது உன் கன்னத்தை நான் கிள்ளுவது போலவும், நீ என் கையை வெட்கத்துடன் தட்டிவிடுவது போலவும் கனவு வந்தது. கனவில் கண்டது எப்போது நனவாவது. இங்கோ எனக்குக் குடும்பச் சிக்கல் கூடிக்கொண்டே வருகிறது. அனைத்துப் பிரச்சினைகளும் சரியாவதற்கான அறிகுறிகள் தெரிகின்றன.

பிறகென்ன. நான் அங்கு வந்து உன்னைத் தழுவிக். கொள்கிறேன்.

அன்பு முத்தங்கள்
நீல்கமல்

என் பிரிய காதலருக்கு,

நானும் உன் கடிதத்திற்காக ஏங்கியிருந்து, உன் கடிதம் கண்டு இன்பமடைகிறேன்.

நம் கனவுகளையும் கற்பனைகளையும் மணமகன், மணமகளாகத் திருமணம் செய்துகொள்வதுடன் நிறுத்திக்கொள்வது நல்லது என்று நினைக்கிறேன். அதற்கு மேலான கனவுகளும் கற்பனைகளும் அந்தரங்கமானவை. அதை நாம் நினைவில் மட்டும் நிறுத்தி மகிழ்வோம்.

உன் குடும்பப் பிரச்சினை தீர்வதற்கான அறிகுறிகள் தெரிவதாக எழுதியிருந்தாய். தீர்ந்துவிடும் என்று தோன்று கிறது. என் பிரார்த்தனைக்குப் பலன் கிடைக்கும்.

இங்கு வந்து என்னைத் தழுவிக்கொள்வதாக எழுதி யிருந்தாய். சற்று நிதானமாக இருக்கவும். எனக்கு மட்டும் ஆசை இருக்காதா. திருமணம் நடக்கட்டும். பிறகு எல்லாவற்றையும் நடத்திக்கொள்வோம். கற்பனையை ஓரளவுக்குள் நிறுத்திக்கொள். இப்படி உனக்கு நான் சொல்கிறேன். ஆனால் நான் இங்கு கற்பனையிலேயே மிதந்துகொண்டிருக்கிறேன்.

அன்புக்காதலி
லலிதா

நாள் ஆகிண்டே போறது. நான் கல்கத்தாவுக்கு லெட்டர் போட்டுப் பதினஞ்சு நாளுக்கு அப்பறம் ஒவ்வொரு நாளும் அவன் லெட்டரை எதிர்பாத்துண்டுதான் இருக்கேன். அவங்கிட்டேயிருந்து இன்னும் லெட்டர் வரலை.

◆◆◆

17

நான் மைலாப்பூர்லே நீல்கமல் குடியிருக்கற வீட்டுக்கு முன்னே நிக்கறேன். எப்படி இங்கே வந்தேன்னு தெரியலை. பல தெருக்கள் வழியா நடந்துபோய், இந்த வீட்டைக் கண்டுபிடிக்கறேன். திண்ணைகள் ரெண்டு பக்கமும் இருக்கு. கதவைத் தட்றதா அல்லது கூப்பிடறதான்னு குழப்பம். கதவைத் தட்டிண்டே சார் சார்னு கூப்பிடறேன். கதவு திறக்கறது. நீல்கமல் நிக்கறான். அவன் முகத்திலே என்னை எதிர்பாக்காத ஆச்சரியம். உள்ளே வரச் சொல்றான். சின்ன வீடு. மேஜை, சேர் இருக்கு. மேஜை மேல் கோர்ட் கேஸ் கட்டுகள் இருக்கு. தவிர மூணு சேர்கள் இருக்கு. நான் ஒரு சேர்லே உக்கார்றேன். அவனும் இன்னொரு சேர்லே உக்கார்றான். சுவத்திலே ஒருபக்கம் சுபாஷ் சந்திர போஸ் படமும் இன்னொரு பக்கம் காந்திஜியின் படமும் இருக்கு.

நான் இந்தப் படங்களைப் பாக்கறேன். அவன் கதவைச் சாத்தப் போறான். நான், "கதவைச் சாத்த வேண்டாம்; திறந்தே இருக்கட்டும்"னு சொல்றேன். அவன் திரும்பவும் சேர்ல வந்து உக்கார்றான்.

"உன்னை எதிர்பாக்கவே இல்ல. திடீர்னு வந்துருக்க."

"ஆமா. வாழ்க்கைல எல்லாம் திடீர் திடீர்னு தானே நடக்கறது. இந்த ரெண்டு படங்களையும் பாக்கறச்சே ஆச்சரியமா இருக்கு."

"எனக்கு ரெண்டு பேரையும் பிடிக்கும். காந்திஜி வழி அகிம்சை. இந்த வழியிலே பிரிட்டிஷ் அரசாங்கம் இரக்கப்பட்டுச் சுதந்திரம் கொடுத்தாத்தான் கிடைக்கும். போஸ் பிரிட்டிஷ்

அரசாங்கத்திடமிருந்து சுதந்திரத்தை எடுத்துக்கணும்னு நெனைச்சார். ஆனா பிரிட்டிஷ் பலமான வலைப்பின்னலை உருவாக்கி வைச்சுருக்காங்க. அவங்களைச் சண்டை போட்டு ஜெயிக்க முடியாது. பிரிட்டிஷ் அரசாங்கத்துக்கும் காங்கிரசுக்கும் நல்ல உறவு இருக்கு. இவ்வளவு பெரிய பரப்பையும் ஜனத்தொகையையும் இன்னும் எவ்வளவு காலத்துக்குக் கட்டிக் காப்பதுன்னு நெனைச்சு, காங்கிரஸிடம் கொடுத்துவிட்டுப் போயிடலாம். அதுக்கான அறிகுறி தெரியுது"ன்னு லெக்சர் அடிக்கறான்.

நான் எதுக்கு இங்கே வந்தேன். அதுவும் அவன் தனியா இருக்கற வீட்டுக்கு. இந்த எண்ணம் வந்த பின்னே, இந்த வீட்டை விட்டு உடனே போகணும்னு தோண்றது. இவன் என்னமோ இன்டெலக்சுவலா வேற பேசிண்டிருக்கான்.

நீல்கமல் அவன் உக்காந்திருக்கிற சேரை நான் உக்காந்திருக்கற சேருக்குப் பக்கத்துலே போட்டு உக்கார்றான். நான் எழுந்து நிக்கறேன். அவன் என் கையைப் பிடிச்சு உக்காரச் சொல்றான். உக்காந்த பின்னே அவன் என்னை நெருங்கறான். நான் பதறி எழுந்து கதவருகே வந்துர்றேன். கதவைப் பிடிச்சுண்டு நிக்கறேன். என் கால் நடுங்கறது. இன்னொரு நாள் வரேன்னு சொல்லிட்டு வேக வேகமா வெளியே வந்து தெருவுலே நடக்கறேன். நான் எதுக்காக இங்க வந்தேன்; எதை எதிர்பாத்து வந்தேன். உள்மனசு எதையோ கேக்குது. அதை இன்னொரு மனசு தடுக்கறது. இப்படியெல்லாம் தோண்றது.

பிறகு காட்சி மாறுது. பார்க்லே அவன் வழக்கமா உக்காரும் பெஞ்சிலே உக்காந்துருக்கான். பார்க் பல பேர் புழங்கற இடம். இந்த இடத்துலே ரொம்ப நெருங்க முடியாது. இது எனக்கு ஒரு சேப்டி. அப்டின்னா நான் எதுக்கு அவன் வீட்டுக்குப் போனேன். ஏன் வீட்டை விட்டு ஓடி வந்தேன். குழப்பம்தான்.

நான் பார்க்லே வழக்கம்போல நடந்து வழக்கம்போலப் பக்கத்துலே உக்காந்து, வழக்கம்போலப் புடவையை லேசா மேலே இழுத்துண்டு, செருப்புலேயிருந்து பாதங்களை எடுத்துத் தரையிலே வைச்சுண்டு உக்காந்திருக்கேன். அவன் பாதத்தையே வெறிச்சுப் பாக்கறான்.

"நாம எவ்வளவு நாள் இப்படியே இருக்கறது. நாம மனசாலே நெருங்கிட்டோம். உடலாலே நெருங்க வேண்டாமா" என்கிறான்.

"வா. நெருங்கு. நெருங்கு"ன்னு சொல்றேன்.

காட்சி மாறுது.

அவன் என் மேலே படுத்து முகத்துலே முத்தங்களா கொடுக்கறான். அவன் கை என் மார்பைப் பிசையறது. இன்னொரு கை கால்களிடையே போறதை நான் உணர்றேன்.

காட்சி மறையறது.

நான் பதறிப்போறேன். எழுந்து ஸ்டெதஸ்கோப்பை மாட்டிண்டு என் நெஞ்சுத் துடிப்பை நானே பாக்கறேன். என்ன இப்படித் தாறுமாறா துடிக்கறதேன்னு ஸ்டெதஸ்கோப்பைக் கழட்டி வைச்சுட்டு கைவசம் இருந்த ஒரு மாத்திரையை வாயில் போட்டுண்டு தண்ணீரைக் குடிக்கறேன். கடவுள் படத்துக்கு முன்னால போய் நின்னுண்டு வேண்டிக்கறேன்.

❖❖❖

18

நான் வேலை பாக்கற அரசாங்க ஆஸ்பத்திரிக்குத் தலைமை மருத்துவர் புதுசா சேந்துருக்கார். பேரு விஸ்வநாதன். கடுமையான ஆள்னு சொன்னாங்க. சேந்த அன்னிக்குப் போய் எல்லாரும் அறிமுகப்படுத்திண்டோம். அப்பறம் எல்லா இடத்துக்கும் ரவுண்ட்ஸ் வர்றப்ப நான் இருக்கற பிரிவையும் பாத்தார். என்னைப் பாத்து 'குட்'னு சொல்லிட்டுப் போனார்.

எதுக்காக 'குட்'னு சொல்றார்னு யோசிச்சுப் பாத்தா ஒண்ணும் புலப்படலை. போற போக்கிலே சொல்லிட்டுப் போனார். நான்தான் எதையும் குழப்பிக்கற ஆள் ஆச்சே. அதனாலே வித்தியாசமா எடுத்துண்டேன்னு நெனைச்சுக்கறேன். ஒருவாரம் கழிச்சு என்னை வரச் சொல்றார்னு பியூன் வந்து சொன்னார். எதுக்காக வரச் சொல்றார்னு தெரியலை. நான் அவர் அறைக்குள்ளே நுழைஞ்சு வணக்கம் சொல்றேன். உக்காரச் சொல்றார். நான் வேலை பாக்கறது பெண்கள், குழந்தைகள் பொதுப்பிரிவு. நான் என்னோட பிரிவை நல்லா வைச்சுண்டிருக்கறதாச் சொல்றார். அந்தப் பிரிவை மேலும் டெவலப் பண்றதுக்கு என்னென்ன தேவைகள்னு கேக்கறார். நான் சில விஷயங்களைச் சொல்றேன். டாய்லெட் சுகாதாரமா இல்லை, அடிக்கடி அடைச்சுக்கறதுன்னு சொல்றேன். வேறே சில உபகரணங்கள், படுக்கை வசதி வேண்டியிருக்குன்னு சொல்றேன். 'சரி, நான் செய்துகொடுக்கறேன்'னு சொல்றார். நான் நன்றி சொல்றேன். என்னைச் கொஞ்சநேரத்துக்குப் பாத்துண்டிருந்துட்டுப் போகச் சொல்றார். நேக்கு இப்பல்லாம் ஆம்பளைகள்ட்டே பேசறப்பல்லாம் தடுமாற்றம் வந்துர்றது. ரோட்டில் நின்னா, நடந்து போனா, ஆம்பிளைகள் எல்லாம் என்னையே பாக்கறதாத் தோண்றது. நடந்து போறப்ப அடிக்கடி

ஏதாவது கல் தடுக்கிவிடறது. எதாவது எடுக்கறச்சே கை தவறிக் கீழே விழறது. இதெல்லாம் ஆம்பளைகள் பாக்கறப்பதான் நடக்கறது. அதனாலே ஜாக்கிரதையா இருக்க வேண்டியிருக்கு.

இப்ப விஸ்வநாதன் என்னைக் கூப்பிட்டு விசாரிச்சது நார்மலா அல்லது உள்நோக்கம் ஏதும் இருக்கான்னு நேக்குத் தெரியலை. என் சின்ன வயசிலேயே புருஷன் காலமாயிட்டார். அடுத்ததா அப்பாவும் தவறிட்டார். அப்பறம் தங்கையும் போயிட்டா. நீல்கமல்னு ஒருத்தன் அறிமுகமானான். பழகினான். என்ன ஆனான்னே தெரியலை. உயிரோட இருக்கானா இல்லையான்னுகூடத் தெரியலை. நான் அவன் எழுதியிருந்த கல்கத்தா அட்ரசுக்கு எழுதின லெட்டருக்கும் பதிலில்லை. தனியா இருக்கேன். ஏதாவது பிரச்சினைன்னா டாக்டர் முத்துலட்சுமி ரெட்டிகூட அவருக்குத் துணையாப் போய்ச் சேந்துக்கலாம்னு தோண்றது. அவருக்கு மெட்ராஸ்லே இருக்கற பெரிய மனுஷா எல்லாம் தெரியும். அரசியல்வாதிகளையும் தெரியும்.

பத்து நாள்லே நான் கேட்ட உபகரணங்கள், படுக்கை, இதர வசதிகள் எல்லாம் என் பிரிவுக்கு வந்துடுத்து. டாய்லெட் தரையெல்லாம் கொத்தித் தரையை மாத்தறாங்க. அடைப்பு வராம இருக்கறதுக்கு நாலஞ்சு பேர் வெளிப்புறமா தோண்டி என்னமோ வேலையெல்லாம் பாக்கறா. நேக்கு ஆச்சரியமாவும் பயமாவும் இருக்கு.

மராமத்து வேலைகள் எல்லாம் முடிஞ்ச அப்பறம் ஒருநாள் விஸ்வநாதன் என் பிரிவுக்கு வரார்.

நீ கேட்டதெல்லாம் செஞ்சு கொடுத்துட்டேன்; திருப்தி யான்னு கேக்கறார்.

திருப்தின்னு சொல்றேன். மூளை உடனே எதுக்கு இந்த ஆள் ‘திருப்தி’ங்கற வார்த்தையை உபயோகிக்கறார்னு யோசிக்கறது. அவர் என் அறைக்குள்ளே நுழைஞ்சு நான் உக்கார்ற சேர்லே உக்காந்துக்கறார். நான் மேஜைக்கு இந்தப் பக்கம் விசிட்டர்ஸ் உக்கார்ற சேர்ல உக்காந்துருக்கேன். பெண்கள், குழந்தைகளுக்குக் கொடுக்கற சிகிச்சை, அவாளுக்கு வரக்கூடிய நோய்கள் பத்தியெல்லாம் விவாதிக்கறார். நேக்கு ஏதாவது தேவைன்னாலும் பிரச்சினைன்னாலும் வந்து பார்னு சொல்றார். நான் தலையாட்றேன். ‘குட்’னு சொல்லிண்டு கிளம்பறார்.

இந்த மனுஷன் உண்மையிலேயே அக்கறை உள்ளவரா இருக்கார்னு நேக்குத் தோணமாட்டேங்கறது. ஆம்பிளைகள்

இப்படித்தான் பொம்பளைகள்ட்டே நாடகமாடுவாங்க. எது இயற்கை எது நாடகம்னு தெரியாது.

பத்து நாள் கழிச்சு பியூன் வந்து டாக்டர் விஸ்வநாதன் கூப்பிட்டதாச் சொல்றார். நேக்குப் பதட்டம் வந்துடுத்து. எதுக்கு இந்த ஆள் கூப்பிடறார்ன்னு யோசனை பண்ணிண்டே அவர் அறைக்குப் போறேன். உக்காரச் சொல்றார். உக்கார்றேன்.

“உன்னைப் பத்தி விசாரிச்சேன். அப்பா அம்மா இறந்து போயிட்டாங்க. ஹோம்லே இருந்துருக்கே. டில்லி லேடி ஹார்டிங் காலேஜ்லே படிச்சுருக்கே. இங்கேயிருந்து டில்லிக்குத் தனியாப் போயி தங்கியிருக்கே. உன் புருஷன் இறக்கறப்போ உனக்கு என்ன வயசு.”

“ஒன்பது வயசு.”

அடப்பாவமேங்கறார். என் முழு ஹிஸ்டரியையும் தெரிஞ்சு வைச்சுண்டிருக்கார். இவருக்கு ஏன் இந்த வேலை. என்னைக் கூப்பிட்டு ஏன் கேக்கறார். இவருடைய பாவம் யாருக்கு வேணும்.

“நீ தனியாவா இருக்கே.”

“ஆமா. தனியா வீடு எடுத்துத் தங்கியிருக்கேன். பக்கத்து வீடுகள்லே உள்ளவா சப்போர்ட் பண்றா.”

யார் சப்போர்ட் பண்றா. சும்மா அடிச்சு விடறேன். தனி ஆள்னு நெனைச்சுரக் கூடாது இல்லியா.

“நீ உங்க ஊர்லேயிருந்து யாராவது நம்பிக்கையான, ஆதரவு இல்லாத ஒரு அம்மாவை அழைச்சு வந்து வீட்டோட துணைக்கு வைச்சுக்கோ. தனியா இருக்கறது நல்லதில்லை.”

“ஆமா ஸார். தேடிண்டு இருக்கேன். சீக்கிரத்துலே துணைக்கு ஆள் வந்துருவா.”

“சரி. பத்திரமா இருந்துக்கோ. என்னோட உதவி தேவைப்பட்டதுன்னா சொல்லு.”

“சொல்றேன் ஸார். தேங்ஸ்.”

“போய்ட்டு வா”

நான் அவருக்கு வணக்கம் சொல்லி அறையைவிட்டு வெளியே வர்றேன். இவர் உதவி பண்றாராம். என்னைப் பிடிக்கப் பொறி வைக்கறார்.

◆◆◆

19

இன்று இந்தியா சுதந்திரம் அடைஞ்சாச்சு. ஆஸ்பத்திரியிலும் அவ்வை ஹோமிலும் ஐஸ் ஹவுஸ் ஹோமிலும் இன்று கொடியேத்தறா. நான் மூணு இடங்களுக்கும் போகணும்னு நெனைக்கறேன். முதலில் ஆஸ்பத்திரிக்குத்தான் போகணும். நான் வேலை பாக்கற இடம்; அதுக்கு அப்பறம் நான் வளர்ந்த இடம்; பிறகு அவ்வை ஹோம். ஆஸ்பத்திரிக்கு வரச்சொன்ன நேரத்துக்குப் போறேன். விஸ்வநாதன் கொடியேத்தறதுக்கு ஏற்பாடுகள் பண்ணியிருக்கா. இந்தியாவின் சுதந்திரக் கொடி பறக்கப்போவதைப் பாக்கப் போறேன். நான் விஸ்வநாதனைப் பாக்கறச்சே வணக்கம் சொல்றேன். அவரும் சொல்றார். ஆஸ்பத்திரி ஊழியர்கள் எல்லாம் வந்திருக்கா. வந்திருக்கறவாளுக்கு எல்லாம் ஸ்வீட் கொடுக்க ஸ்வீட் பாக்ஸ் வைச்சுருக்கா.

முதன்முதலில் கொடியேத்தறப்ப சரியாகக் கொடியேறாமப் போயிடக்கூடாதுன்னு ஒரு ஊழியரிடம் சொல்றார். ஊழியர் சரியா இருக்குன்னு சொல்றார். கொடி ஏர்றது. பூக்கள் கொட்றது. எல்லாரும் கொடியைப் பாத்து சல்யூட் பண்றோம்.

ஸ்வீட் பாக்ஸை விஸ்வநாதன் எடுத்துத் திறந்து எல்லாருக்கும் கொடுக்கறார். என்னையும் கூப்பிட்டுக் கொடுக்கறார். அடுத்ததா எல்லாரும் ஹால்லே கூடறோம். சுதந்திரம் வாங்கக் கஷ்டப்பட்டது பத்தி, தியாகிகள் பத்தி, சுதந்திரம் கிடைச்சது பத்தி விஸ்வநாதன் பேசறார். என்னைப் பேசச் சொல்லிக் கேக்கறார். நான் கூச்சப்பட்டுண்டு ஒதுங்கிக்கறேன். அங்கேயிருந்து கலையறோம்.

ஐஸ் ஹவுஸ் ஹோமுக்குப் போறேன். சிஸ்டரைப் பாத்ததும் கட்டிப்பிடிச்சிண்டேன்.

சிஸ்டர்தான் என்னை வளத்தவங்க. நான் இன்னிக்கு இருக்கற நிலைக்கு அவங்கதான் காரணம். 'டாக்டர் வந்திருக்கா'ன்னு சொல்லிப் பரிகாசம் பண்றாங்க. ஸ்வீட் கொடுக்கறாங்க. ஏற்கெனவே ஏத்தப்பட்டிருந்த கொடி பறந்துண்டிருக்கு. நான் அந்தக் கொடியைப் பாக்கறேன். எத்தனை வருஷங்கள்; எவ்வளவு போராட்டங்கள். இந்தக் கொடியை ஏத்தறதுக்குன்னு சிந்திக்கறேன். ஹோம்லே இருக்கறவங்களுக்குப் பாயாசத்தோட சாப்பாடு தயாராகிண்டிருக்குன்னு சிஸ்டர் சொல்றாங்க.

நான் அங்கேயிருந்து அவ்வை ஹோமுக்கு வர்றேன். எல்லாரும் சந்தோஷமா உக்காந்துருக்கா. அட, கணேசனும் உக்காந்துருக்காரே. நானும் போய் உக்காந்துக்கறேன். முன்னைக் காட்டிலும் பளபளன்னு இருக்கற மாதிரித் தெரியறார். என்னைப் பாத்துச் சிரிக்கறார்.

"நீங்க அன்னைக்கு நான் சினிமா நடிகன் மாதிரி இருக்கறதா சொன்னீங்க. இப்ப உண்மையிலேயே சினிமா நடிகன் ஆயிட்டேன். 'மிஸ் மாலினி' படத்தோட பேரு. அடுத்த மாசம் ரீலீஸ் ஆகறது. நான் சைடு ரோல்தான் நடிச்சிருக்கேன்."

"சந்தோஷம். ஹீரோ, ஹீரோயின் யாரு..."

"புஷ்பவல்லி ஹீரோயின். கொத்தமங்கலம் சுப்பு ஹீரோ. அவரேதான் டைரக்டர், ஸ்க்ரீன்பிளே பண்ணியிருக்கார். ஆர்.கே. நாராயணன் கதையை பேஸ் பண்ணி எடுத்துருக்காங்க."

"நீங்க எப்ப ஹீரோவா சினிமாவிலே வரப் போறீங்க."

"அதுக்குத்தான் முயற்சி பண்றேன். சினிமாவிலே எடுத்த எடுப்புலே பெருசா வர முடியாதே. முதல்லே மைனர் ரோல்லே நடிச்சு, அப்பறம்தான் ஹீரோவா வர முடியும். சில விதிவிலக்குகள் வேணுமானா இருக்கலாம்."

"சரி. நான் மிஸ் மாலினி படம் பாக்கறேன். நீங்க வர்ற சீன்லே நான் கைதட்றேன்."

"மைனர் ரோல். நீங்க மட்டும்தான் கைதட்டணும். மைனர் ரோல்லே வர்றவரைப் பாத்துக் கைதட்டினா, தியேட்டர்லே எல்லாரும் உங்களைத்தான் பாப்பாங்க."

நான் சிரிக்கறேன்; கணேசனும் சிரிக்கறார். வெளியே போயிருந்த முத்துலட்சுமி ரெட்டி அறைக்குள்ளே வர்றாங்க. லலிதாவுக்கு ஸ்வீட் கொடுங்கன்னு சொல்றாங்க. உடனே ஒருத்தர் வந்து ஸ்வீட் பாக்ஸை நீட்றார். நான் எடுத்துக்கறேன். கணேசன் சிரிச்சுண்டே, "நான் ஏற்கனவே ஒரு ஸ்வீட்

எடுத்துக்கிட்டேன். இப்ப இன்னொரு ஸ்வீட் எடுத்துக்கறேன்"ன்னு சொல்லி எடுத்துக்கறார்.

முத்துலட்சுமி ரெட்டி கணேசனைப் பாத்து உன் வொய்பைக் கூட்டி வந்திருக்கலாமேன்னு கேக்கறாங்க. அவ வீட்டை விட்டு வெளியே பொது இடத்துக்கு வர்றதுக்குக் கூச்சப்படுவான்னு கணேசன் சொல்றார். அவங்க குடும்பத்துலே உள்ளவங்களைப் பத்தி ரெண்டு பேரும் பேசிக்கறாங்க. நான் அறையை விட்டு வெளியேறி அங்கே விளையாடிண்டிருக்கற குழந்தைகளை வேடிக்கை பாக்கறேன். கொஞ்ச நேரம் கழிச்சு, கணேசன் அறையை விட்டு வெளியே வர்றார். என்னைப் பாத்துக் கையை ஆட்டிண்டு போறார். நானும் கையை ஆட்றேன். அழகன்னு நெனைச்சுக்கறேன்.

அந்தச் சமயத்துலே ரெண்டு போலிஸ்காரங்க ஒரு குழந்தையோட வர்றாங்க. அறைக்குள்ளே போறாங்க. நானும் போறேன்.

"இந்தக் குழந்தை ரோட்டோரம் உக்காந்து அழுதுக்கிட்டிருந்துச்சு. அக்கப்பக்கம் விசாரிச்சோம். யாருக்கும் தெரியலை. யாராவது வந்து வேணும்னே விட்டுட்டுப் போயிருக்கணும்னு நெனைக்கறோம். ஆண் குழந்தை. மூணு வயசிருக்குமா. இந்த ஹோம்லே வெச்சிருங்க. யாராவது தேடி வந்தா, நல்லா விசாரிச்சுட்டுக் குழந்தைக்கு உடமையான ஆளா இருந்தா கூட்டிட்டு வர்றோம்"ன்னு சொல்றார் போலிஸ்காரர்.

முத்துலட்சுமி ரெட்டி குழந்தையை வாங்கி ஏதாவது காயம் இருக்கான்னு பாக்கறாங்க. குழந்தை செகப்பா அழகா இருக்கான்.

"யாரும் தேடி வராமலும் போகலாம். இங்கயே வளந்து பெரியவனாகவும் ஆகலாம். இவனுக்கு ஒரு பேர் வைக்கணுமே" என்கிறார் முத்துலட்சுமி ரெட்டி.

நான், "நீல்கமல்னு வைக்கலாம்"னு சொல்றேன்.

"நல்ல பேரா இருக்கே. புதுசான பேரா இருக்கு. இதையே வைச்சுக்கலாம்" என்கிறார் முத்துலட்சுமி ரெட்டி.

எல்லாரும் நீல்கமல்னு கூப்பிடறா. எனக்குக் கண் கலங்கறது.

◆◆◆

20

இன்னிக்கு லீவு நாள். யாரோ கதவைத் தட்ற சத்தம் கேக்கறது. ஜன்னல் வழியாப் பாக்கறேன். விஸ்வநாதன் நின்னுண்டிருக்கார். அவரைப் பாத்ததும் நேக்குப் பதட்டம் வர்றது. இந்த மனுஷன் எதுக்கு நான் தனியா இருக்கற வீட்டுக்கு வந்து வாசல்லே நின்னு கதவைத் தட்றார். வேற வழியில்லாமல் கதவைத் திறக்கறேன். உள்ளே வரச் சொல்லி உக்காரச் சொல்றேன். என்னையும் உக்காரச் சொல்றார். நானும் உக்கார்றேன்.

“எப்படிப் பொழுது போகுது.”

“ரேடியோ கேப்பேன். ஏதாவது யோசிச்சுண்டு இருப்பேன்.”

“எதைப்பத்தி யோசிப்பே.”

“ஏதாவது. பழைய காலத்தைப் பத்தி, வரக்கூடிய காலத்தைப் பத்தி.”

“நிகழ்காலத்தைப் பத்தி யோசிக்கமாட்டியா.”

“யோசிப்பேன். மனசு என்ன நம்ம கட்டுப் பாட்டுலேயா இருக்கு. அது எங்கெங்கையோ போகும்.”

“நீ வாழ்க்கையிலே சிரமப்பட்டதையும் இப்படித் தனியா இருக்கறதையும் பத்தி நெனைச்சா எனக்குக் கவலையா இருக்கு”

நான் பேசாம இருக்கேன். பிறகு ஆஸ்பத்திரியைப் பத்திப் பேசறேன். ஆஸ்பத்திரியோட சுகாதாரத்துக்கு இன்னும் கவனம் கொடுக்கணும், என் பிரிவிலே உள்ள டாய்லெட் சரி பண்ணிக் கொடுத்துட்டீங்க, ஆனா ஆஸ்பத்திரிக்கு நெறைய நோயாளிகள் வர்றா. பெட்லே நெறையப் பேர் இருக்கா. அவாளைப் பாக்கறதுக்கும் ஆட்கள் வர்றாங்க.

அவாளுக்கெல்லாம் விழிப்புணர்ச்சி ஏற்படற மாதிரி போர்டு வைக்கணும். ஒரு நோயாளியோட துணைக்கு ரெண்டு பேர் வர்றா. வெத்தலை போட்டுண்டு எச்சிலை மாடிப்படி திரும்பற இடத்துலே சுவரிலே துப்பி வைக்கறா. கக்கூஸ் போனா தண்ணீர் இருந்தாலும் சுத்தம் பண்ணிண்டு வரமாட்டேங்கறா. நம்ம ஜனங்களுக்குச் சுகாதாரத்தைப் பத்தியே பிரக்ஞையே இல்லை," இப்படியெல்லாம் பேசிண்டே போறேன்.

அவர் பேசும் என்னைப் பாத்துண்டு இருக்கார். அதைக் கலைக்கணும்னு காப்பி சாப்பிடறேளான்னு கேக்கறேன். பின்னாலயே வந்துடுவாரோ, கட்டிப்பிடிப்பாரோ ... இப்படி யெல்லாம் சிந்தனை ஓடறது. திரும்பித் திரும்பிப் பாத்துக்கறேன். அவர் உக்காந்த இடத்துலேயே உக்காந்துருக்கார். நான் அவர் முன்னாலே ஒரு ஸ்டூலைப் போட்டு காப்பியை வைக்கறேன். காபி டம்ளரை எடுத்து காபியை உறிஞ்சறார். சர் சர்னு சத்தம் கேக்கறது. இங்கிதமில்லாத மனுஷன்னு தோணறது. காபி நன்னா இருக்குன்னு சொல்றார்.

காபியைக் குடிச்சப்பறம், "உனக்கு தனியா இருக்கக் கஷ்டமா இல்லையா" என்கிறார்.

"இல்லை. நான் ப்ரீயா இருக்கற நேரத்துலே டாக்டர் முத்துலட்சுமி ரெட்டியைப் பாக்கப் போவேன்."

"அவங்களை உனக்குத் தெரியுமா. பெரிய டாக்டர். அரசியல்வாதி. சமூக சீர்திருத்தவாதி. அவ்வை ஹோம் நடத்தறாங்க."

"ஆமா, தெரியும். நான் அவங்க எழுதின புத்தகத்தைப் படிச்ச பின்னே அவங்களைப் பாக்கப் போனேன். அப்பறம் பழக்கமாயிட்டேன்."

"ஆமா. டாக்டர் முத்துலட்சுமி ரெட்டிக்கு முதலமைச்சர் ஓமந்தூரார், உள்துறை அமைச்சர் டாக்டர் சுப்பராயன் உட்படப் பலரையும் தெரியும். நான் ஒரு வேலையா டாக்டர் சுப்பராயனைப் பாக்கப் போனப்ப டாக்டர் முத்துலட்சுமி ரெட்டியும் அங்கே இருந்தாங்க. என்னை அறிமுகப்படுத்தினார். அவங்களுக்கு நெனைவு இருக்குமான்னு தெரியலை. நான் இந்தப் பக்கம் வந்தேன். அப்படியே உன்னையும் பாத்துட்டுப் போகலாம்னு தோணுச்சு. அதான் வந்தேன்."

அவர் எழுந்து நிக்கறார். 'போயிட்டு வர்றேன்' என்கிறார். நான் தலையாட்றேன். அவர் தயங்கித் தயங்கிப் போற மாதிரி நேக்குத் தெரியறது. எதையோ சொல்ல வந்து சொல்ல முடியாமல் போற மாதிரியும் தோணறது. நல்ல வேளை. அசம்பாவிதம்

எதுவும் நடக்கலை. அப்படி நடந்தா என்ன பண்றது. கத்தறதா. தள்ளிவிடறதா. பலவந்தமா ஏதாவது செஞ்சா என்னாலே போராட முடியுமா. முத்துலட்சுமி ரெட்டி அம்மாகிட்டே சொல்லி யாரையாவது சைவம் சமைக்கற ஆதரவில்லாத நல்லவாளாப் பாத்துக் கூட வைச்சுக்கலாம்னு முடிவு பண்றேன். பெண்கள் தனியா இருக்கற இடத்துக்கு ஆண்கள் வந்தா அவாளுக்குச் சபலம் தட்றது இயற்கை போலிருக்கு. நான்தான் சுதாரிச்சுண்டு இருக்கணும்.

இந்த நீல்கமல் முட்டாள். எதுக்குப் போயி திடீர்னு ஐ.என்.ஏ.லே போயிச் சேர்றான். அந்த எண்ணம் இல்லாம இருந்தா, நாங்க ரெண்டு பேரும் படிச்சு முடிச்சுண்டு ஒருவேளை கல்யாணமாகி டில்லியிலே செட்டில் ஆகியிருக்கலாம். நடந்ததை மாத்த முடியுமா. நடக்கறதெல்லாம் ஏதாவது தர்க்கத்துக்குக் கட்டுப்பட்டா நடக்கறது. நானுந்தான் ஒன்பது வயசுலே புருஷனை இழந்தேன்; அப்பா, அம்மாவை இழந்தேன்; ஒரே தங்கையை அவளுக்குச் சின்ன வயசா இருக்கும்போதே இழந்தேன். அதுக்கப்பறம் நீல்கமல் துணையா இருப்பான்னு நெனைச்சேன். எங்கேயிருக்கான். இருக்கானா இல்லை யான்னுகூடத் தெரியலை. கல்கத்தாவுக்கு எழுதின லெட்டருக்கும் பதில் இல்லை. நான் அங்க போறதும் உசிதமில்லை. என்னை யாருன்னு சொல்லிக்கறது. அவன் அங்க இல்லைன்னா என்ன செய்யறது. வாழ்க்கைப் போக்குலே போகவேண்டியதுதான். நாம நெனைச்சபடியா வாழ்க்கை நடக்கறது.

❖❖❖

21

நான் முத்துலட்சுமி ரெட்டியைப் பாக்கப் போனேன். சந்தோஷமா இருக்காங்க. அவங்க சொல்றாங்க. "நான் 1930வது வருஷம் தேவதாசி ஒழிப்பு மசோதா கொண்டுவந்தேன். அது கிட்டத்தட்ட பதினேழு வருஷம் கழிச்சு இப்ப முதலமைச்சர் ஓமந்தூர் ராமசாமி ரெட்டியார் மூலமாகச் சட்டமாகியிருக்கு. எனக்குப் பெரிய நிம்மதி. இனிமே பெண்களைக் கோயிலுக்கு அர்ப்பணம் பண்றது; நடனமாட வைக்கிறது; இதெல்லாம் செய்றது சட்டப்படி தடை செய்யப் பட்டிருக்கு. 27 ஜனவரி 1948லே சட்டம் கெஜெட்லே பப்ளிஷ் ஆகியிருக்கு. புற்றுநோய் ஆராய்ச்சிக்கும் சிகிச்சைக்கும் ஒரு ஆஸ்பத்திரி கட்டணும்னு எனக்கு ஒரு லட்சியம் இருக்கு. அதுக்கு நிதி திரட்டப் போறோம்."

"நீங்க ஆஸ்பத்திரி கட்டி செயல்படறப்ப நான் இப்ப பாத்துண்டிருக்கற வேலையை விட்டுட்டு உங்க ஆஸ்பத்திரிக்கு வந்துடலாம்னு தோணறது."

"அதை அப்பறம் பாத்துக்கலாம்" என்கிறார் முத்துலட்சுமி ரெட்டி.

நான் தனியா இருக்கறதைப் பத்தியும் அதனாலே பயம் ஏற்படறதைப் பத்தியும் அவங்களிடம் சொல்றேன்.

"மீனாட்சியம்மாள்ங்கற பேர்லே ஒருத்தங்க இருக்காங்க. அவங்களுக்கு நெருக்கமான உறவினர் கள் யாருமில்லை. நீ அவங்களைக் கூடத் தங்க வைச்சுக்கலாம். நல்லா சமையல் பண்ணுவாங்க. பிராமண சமூகத்தைச் சேந்தவங்க. அவங்களுக்கும் இடம், சாப்பாடு, கூட இருக்கறதுக்கு ஒருத்தர் கெடைச்ச மாதிரி இருக்கும். என்ன சொல்றே."

நான் சரின்னு சொல்லி அவங்களை வரச் சொல்லுங்கன்னு சொல்றேன். மீனாட்சியம்மாள் வர்றாங்க. நேக்குப் பாத்த உடனே பிடிச்சுப் போச்சு. முத்துலட்சுமி ரெட்டி என்னை அறிமுகப்படுத்தறாங்க.

“இவங்க டாக்டர் லலிதா. அரசாங்க ஆஸ்பத்திரியிலே வேலை பாக்கறாங்க. வீட்டு வேலை, சமையல் வேலை பாத்துகிட்டு அவங்க வீட்லயே அவங்களுக்குத் துணையா இருந்துக்கலாம்.”

மீனாட்சியம்மாள் என்னைப் பாத்து வணக்கம் சொல்றாங்க.

“அம்மா நீங்க ஒரு கவலையும் இல்லாமே இருக்கலாம். நேக்குத் துணையா எங்கூடத் தங்கி இருங்க. நான் ஆஸ்பத்திரிக்குப் போறச்சே வீட்டைப் பாத்துக்கோங்க. நான் உங்களுக்குச் சம்பளமும் தந்துடுவேன். உங்க தனிப்பட்ட செலவுக்கு வைச்சுக்கலாம்”ன்னு சொல்றேன்.

“எனக்கு என்னம்மா செலவு இருக்கு. வெத்தலை போடுவேன். அதான் செலவு. துணிமணியெல்லாம் உனக்கு எடுக்கறப்ப எனக்கும் சீப்பா எடுத்துக் குடு” என்கிறார் மீனாட்சியம்மாள்.

“ஏன் நல்ல துணிமணிகளே வாங்கிக்கலாம்” என்கிறேன் நான்.

“அம்மா நீங்க போயி உங்க பெட்டி படுக்கையை எடுத்துட்டு வாங்க. என் கார்லேயே உங்க ரெண்டு பேரையும் லலிதா வீட்லே இறக்கி விடறதுக்கு ஏற்பாடு பண்றேன்” என்கிறார் முத்துலட்சுமி ரெட்டி. மீனாட்சியம்மாள் வெளியே போறாங்க. ஒரு பெண் ஒரு கொழுகொழுப் பையனைத் தூக்கிண்டு வர்றா.

“இது யாரு தெரியுதா. அன்னிக்கு நீ பேரு வெச்சியே நீல்கமல்னு, அந்தக் குழந்தைதான் இது. எப்படி இருக்கான் பாரு.”

நான் அவனைத் தூக்கிக் கொஞ்சறேன். என் மடியிலே அவனை வைச்சுக்கறேன். மீனாட்சியம்மாள் வந்தப்பறம் அவனைக் கொடுத்துட்டு, டாக்டர் முத்துலட்சுமி ரெட்டியிடம் சொல்லிக்கொண்டு கிளம்பறேன்.

கார்லே போறச்சே யோசிச்சுண்டே போறேன். நான் இன்னொரு கல்யாணம் பண்ணிக்க முடியுமா. நான் ஒருத்தரை விரும்பி, அவரும் என்னை விரும்பி, ஒருத்தரை ஒருத்தர் பிடிச்சு... இதெல்லாம் நடக்கற காரியமா. ஒருத்தன் அமைஞ்சான். அது ஏதோ கனவுபோல ஆயிடுத்து. இந்தக் குழந்தையை நான் தத்து எடுத்து வளக்கலாமா. அதுலேயும் நிறையச் சிக்கல் இருக்கு. குழந்தைக்கு அம்மா, அப்பா யாருன்னு தெரியாது. நானோ விதவை. நான் குழந்தையைத் தத்து எடுத்து வளத்தேன்னா என்மேலே அபவாதமா ஏதாவது கதையைக் கட்டிவிட்டுருவா.

அதுக்குன்னே இருக்காளே. அதுவும் சாத்தியமில்லை. அது தேவையில்லாத குழப்பத்தை உருவாக்கும். இப்படியே இருந்துர்றதுதான் என் வாழ்க்கை. இப்ப துணைக்கு ஒருத்தங்க வந்திருக்காங்க. பாப்போம். வாழ்க்கை எப்படிப் போறதுன்னு.

டாக்டர் முத்துலட்சுமி ரெட்டி அனுப்பிச்ச காரிலே போய் வீட்டுல இறங்கிக்கறோம். மீனாட்சியம்மாளோட பெட்டி, படுக்கைகளை எடுத்து உள்ளே வைச்சுண்டு காரைப் போகச் சொல்றேன். மீனாட்சியம்மாளை உள்ளே அழைச்சுண்டு போய் ஆத்தைச் சுத்திக்காட்டறேன். அவங்க தங்கவேண்டிய அறையையும் காண்பிக்கறேன். அவங்களுக்கு ரொம்ப திருப்தி. அவங்க இஷ்டம்போல ஆத்துலே புழங்கிக்கலாம்னு சொல்றேன்.

"நான் சாப்பிடறப்ப, நான் காபி குடிக்கறப்பதான் நீங்களும் சாப்பிடணும் காபி குடிக்கணும்னு இல்லை. உங்களுக்கு காபி குடிக்கணும்னு தோணிச்சுன்னா காபி போட்டுக்கலாம். பசிச்சாலும் ஏதாவது செஞ்சு சாப்பிட்டுக்கலாம். சுதந்திரமா இருக்கலாம். பேனைப் போட்டுக்கலாம். உங்க ஆத்துல இருக்கறாப்ல நெனைச்சுண்டு இருங்கோ."

"நேக்கு என்னம்மா சௌகரியம். நான் ஏழைக் குடும்பத்துல பொறந்தவ. பல நேரங்கள்ல சாப்பாட்டுக்கே வழி இல்லாம குடும்பத்தோட பட்டினி கெடந்துருக்கோம். என் தகப்பனாருக்குச் சமையல் வேலை. சமையல் வேலைக்குப் போனாத்தான் காசு. எல்லா நாளுமா விசேஷங்கள் நடக்கும். அம்மா வடாம், ஊறுகாய் போட்டு விப்பா. அதுலேயும் வரும்படி பெருசா வராது. என் தாயாருக்கு ஆஸ்துமா. மூச்சு இரைச்சுண்டே படுத்தே கிடப்பா. என்னை அஞ்சாவதோட படிப்பை நிறுத்திட்டா. அப்பா சமையல் வேலைக்குப் போறதை நிறுத்திண்டு ஆத்துலயே இட்லி போட்டு விக்க ஆரம்பிச்சார். நான் ஒரே பொண்ணு. அம்மா தவறினதுக்கு அப்பறம் அப்பாவுக்கும் அடிக்கடி முடியாமப்போக ஆரம்பிச்சுடுத்து. என்னை ஒரு அம்பத்தஞ்சு வயசுக்காரருக்கு ரெண்டாந்தாரமா கல்யாணம் பண்ணிக் கொடுத்துட்டார். அவரோட முதல் தாரத்துக்குக் குழந்தைகள் இல்லை. அவ தவறிப்போனதுக்குப் பின்னாலதான் நேக்குக் கல்யாணம் நடந்துது. அது ஒரு பெரிய நரகம். அதையெல்லாம் சொன்னா நீ பயந்துடுவே. அவர் என்னைச் சித்ரவதை பண்ணினார். உறவு வைச்சுக்க முடியாதவர். என்னைக் கொடுமைப்படுத்துவார். இடையிலே ஒருநாள் அப்பாவும் தவறிட்டார். என் புருஷன் எங்கேயோ வேலைக்குப் போயிட்டு வருவார். நல்ல நாள்களுக்குத் துணிகூட வாங்கிக்

கொடுக்கமாட்டார். அவருக்கு ஈரல்லே பிரச்சினை வந்து படுத்த படுக்கையாயிட்டார். அவர் சித்ரவதையிலிருந்து தப்பிச்சேன். சாப்பிடணுமே. நான் வேலைக்குப் போனேன். அவருக்கும் மருந்து மாத்திரை வாங்கிக் குடுத்துண்டு இருந்தேன். சீக்கிரமாவும் அவருக்குச் சாவு வரலை. நான் தனி ஆள். புருஷனாலே பயன் இல்லைன்னாலும் அவர் கூடவே இருந்தேன், அவர் சாகற வரைக்கும். அப்பறம் பல இடங்கள்லே வேலை பாத்து என்னை நானே காப்பாத்திண்டேன். வயிறுன்னு ஒண்ணு இருக்கேம்மா. சாப்பாட்டுக்கு இல்லாம ரொம்பக் கஷ்டப்பட்டிருக்கேன். வேலை பாக்கற இடத்துலே பழைய துணிமணிகள் கொடுப்பா. அதைத்தான் உடுத்திப்பேன். வயசு ஆக ஆக நேக்கும் முடியாமே போச்சு. டாக்டர் முத்துலட்சுமி ரெட்டியைப் பாக்கச் சொன்னா. அவங்க இங்கயே இருங்கன்னு சொல்லிட்டாங்க. அவங்க மூலமா இப்ப இந்த ஆத்துக்கு வந்துருக்கேன். இன்னும் எவ்வளவு நாள் விதிச்சுருக்கோ தெரியலை."

மீனாட்சியம்மாள் புடவைத் தலைப்பால் கண்ணில் வழியற கண்ணீரைத் துடைச்சுக்கறாங்க.

"நீங்க கவலைப்படாதீங்கோ. உங்கக் கதையைக் கேட்டதுக் கப்பறம் நான் பட்ட கஷ்டங்கள் எல்லாம் சாதாரணமானதாத் தோண்றது. உங்களை நான் நல்லா கவனிச்சுக்கறேன்."

"அம்மா, வெத்தலை போட்டுக்கறேன்."

"உங்களுக்கு எப்ப தேவையோ அப்ப போட்டுக்கலாம். என் அனுமதி கேக்கவேண்டியதில்லை."

மீனாட்சியம்மாள் டப்பாவைத் திறந்து பாக்கு, வெத்தலை, சுண்ணாம்பு கலந்து வெத்தலையைப் போட்டுண்டு மெல்றாங்க.

இதுதான் அவங்களுக்குக் கிடைக்கற ஒரே ரிலீப்னு நெனைக்கறேன்.

◆◆◆

22

மீனாட்சியம்மாள் இருக்கறது நேக்கு ரொம்ப உதவியா இருக்கு. வேலையே இல்லாத மாதிரி இருக்கு. வீட்டைப் பராமரிக்கறதையும் சமையல் பண்றதையும் அவங்களே பாத்துக் கறாங்க. பயமும் இல்லாத மாதிரி இருக்கு.

நான் வீட்லே இருக்கேன். ஒருநாள் கனவிலோ கற்பனையிலோ அனந்தராமன்னு ஒரு லாயர் வந்தாரே அவர் யார், அவர் பேர் நேக்கு எப்படித் தெரியும்னு யோசிச்சுண்டிருக்கேன். அவர்கிட்டதானே நீல்கமல் ஜூனியரராச் சேர்ற மாதிரித் தோணித்து. யோசிச்சுண்டே இருக்கறப்ப திடீர்னு மின்னல் அடிச்ச மாதிரி நெனைவுக்கு வர்றது. அனந்தராமன்னு ஒரு லாயரை சிஸ்டர் சுப்புலட்சுமி அறையிலே பாத்துருக்கேன். அவர்தான் இந்த மாதிரி வந்துருக்கார். நீல்கமல் கனவிலோ கற்பனையிலோ, எதுன்னு தெரியாத நிலையிலே வந்துண்டேயிருந்தான். இப்ப வர்ற தில்லை. நாட்கள் போயிண்டே இருக்கோல்லியோ. என் தங்கை ராதா காலமான கொஞ்ச காலத்துக்குத் துயரமா இருந்தது. இப்ப எல்லாம் பழகிடுத்து.

கதவை யாரோ தட்ற சத்தம் கேக்கறது. மீனாட்சியம்மாளைத் திறக்கச் சொல்றேன். திறக்கறாங்க. யாரோ ஒருத்தர் வந்திருக்கார்னு சொல்றாங்க. நான் எட்டிப் பாக்கறேன். விஸ்வநாதன் நிக்கறார். ஏதோ வீடு தவறி வந்துட்டோம்ங்கற மாதிரி அவர் முழிச்சிண்டிருக்கறது தெரியறது.

"வாங்க. உள்ளே வாங்க. இவங்க எனக்குத் துணையா இங்கேயே தங்கியிருக்காங்க. வேற வீட்டுக்கு வந்துட்டோம்னு நெனைச்சுட்டேளா. நீங்கதானே சொன்னேள். துணைக்கு ஒருத்தரை வைச்சுக்கணும்னு..."

நான் லலிதா பேசுகிறேன் 105

“ஆமாம் ஆமாம். புதுசா ஒரு அம்மா வந்து கதவைத் திறந்த உடனே வீடு மாறி வந்துட்டோமோன்னு குழப்பமாப் போயிருச்சு.”

சேர்லே உக்காரச் சொல்றேன். உக்கார்றார். இந்தப் பக்கமா வந்தேன். அப்படியே பாத்துட்டுப் போகலாம்னு வந்தேன்னு சொல்றார்.

நான் தலையாட்றேன். இந்தப்பக்கம் எதுக்கு வரணும். என்ன வேலை இந்தப்பக்கம் இருக்கு. அப்பறம் ஏன் என்னைப் பாத்துட்டுப் போகணும்னு தோணறது. அசடு வழியறது. நல்லா வழியட்டும்னு சிரிச்சுண்டே உக்காந்துருக்கார்.

நானும் ஒரு சேர்லே உக்காந்துக்கறேன். ஆஸ்பத்திரியைப் பத்திப் பேசறார். துணைக்கு இருக்கற அம்மா எப்ப வந்தாங்கன்னு கேக்கறார். எப்படிக் கிடைச்சாங்கன்னு கேக்கறார். நான் எல்லாத்துக்கும் பதில் சொல்றேன். காபி சாப்பிடறேளான்னு கேக்கறேன். தலையாட்றார். நான் மீனாட்சியம்மாளைப் பாக்கறேன். அவங்க எழுந்து காபி தயார் பண்ணப் போறாங்க. நேக்கு எவ்வளவு சௌகரியம். இந்த ஆள் வந்தா ஏதாவது அசம்பாவிதம் நடந்துருமோ, கையைப் பிடிச்சு இழுப்பாரோ, கட்டிப்பிடிப்பாரோன்னு ஒரே பயமா இருக்கும். இப்ப நான் ப்ரீயா இருக்கேன். அவர்தான் தர்மசங்கடத்துலே நெளியறமாதிரி நேக்குத் தோணறது.

காபி வர்றது. சர் . . . சர் . . .ன்னு உறிஞ்சிக் குடிக்கறார். இப்படித்தான் எப்பவும் குடிக்கறார். அடுத்த தடவை வர்றப்ப உங்க வொய்பையும் கூட்டிண்டு வாங்கோன்னு ஒரே போடா போடறேன். அவர் சிரிச்சுண்டே கூட்டிண்டு வரேன்னு சொல்றார். எங்க கூட்டிண்டு வரப்போறார். இவர் அசடு வழியறதை அந்த அம்மா பாக்கறதை விரும்புவாரா.

நாங்க ரெண்டு பேரும் பேசறதைப் பாத்துண்டு மீனாட்சியம்மாள் சுவர்லே சாஞ்சு உக்காந்து நிதானமா வெத்தலை போட்டுண்டிருக்காங்க. விஸ்வநாதன், ‘நான் இன்னொரு நாள் வர்றேன்’ன்னு சொல்லி சேர்லேயிருந்து எழுந்துக்கறார். வொய்ப்வோட வாங்கோன்னு இன்னொரு தடவை சொல்றேன். அவர் தலையாட்டிண்டே படியிறங்கிப் போறார்.

யார்னு மீனாட்சியம்மாள் கேக்கறாங்க. “இவர்தான் நேக்கு மேலே உள்ள டாக்டர். இவர் சொல்றதைத்தான் நான் கேக்கணும்”னு சொல்றேன்.

“பாத்தா டாக்டர் மாதிரியே தெரியலையே” என்கிறார் மீனாட்சியம்மாள்.

"ஆமா. தெரியாத்தனமா அவங்க அப்பா, அம்மா இவரை டாக்டருக்குப் படிக்க வைச்சுட்டா போலிருக்கு."

"ஆமாம்மா. இவருக்கு டாக்டர் களையே இல்லேம்மா."

"அதுக்குன்னு ஒரு களை இருக்கா. என்னைப் பாத்தா டாக்டர் மாதிரி தெரியறதா."

"உனக்கு என்னம்மா. நீ இன்னும் உசந்த இடத்துலே இருக்க வேண்டியவ. அப்படி ஒரு களை."

இப்படி என்னைப் புகழ்ந்து சொன்னா நேக்குச் சந்தோஷமா இருக்கு. இனிமே வீட்டுக்கு விஸ்வநாதன் வரமாட்டார்னு தோண்றது.

❖❖❖

23

காலம் ஓடிண்டிருக்கு. என் தங்கையும் முத்துலட்சுமி ரெட்டியின் தங்கையும் புற்று நோயால் இறந்துபோனவா. டாக்டர் முத்து லட்சுமி ரெட்டி புற்றுநோய் ஆஸ்பத்திரி கட்றதுக்கு நிதி திரட்ட ஆரம்பிச்சுட்டாங்க. நானும் ப்ரீயா இருக்கறச்சே அவங்க கூடப் போறேன். அவங்களுக்கு நெறையப் பெரிய மனுஷாளைத் தெரியறது. நிதி வந்துண்டே இருக்கு. இடமெல்லாம் பாத்துட்டாங்க. 1952வது வருஷம் அக்டோபர் மாசம் பிரதமர் நேருவைக் கூப்பிட்டு அடிக்கல் நாட்டு விழா நடத்தலாம்னு முடிவு பண்றாங்க.

நேரு வர்ற அன்னிக்கு ஒரே குதூகலமா இருக்கு. நேக்கு ஆர்வத்துலே படபடப்பு ஏற்படறது. அவர் வந்து அடிக்கல் நாட்டறார். டாக்டர் லலிதான்னு யாரோ கூப்பிடறா. திரும்பிப் பாத்தா கணேசன் நின்னுண்டிருக்கார்.

“நீங்க சொன்னது சரி. நான் இப்ப முழுநேர நடிகனாயிட்டேன். புல்லையா டைரக்ஷன், சாவித்திரி கதாநாயகி. அடுத்த வருஷம் நவம்பர் மாசம் ரிலீஸ்னு திட்டம் போட்ருக்காங்க. படத்தோட பேரு ‘மனம் போல மாங்கல்யம்’. நான்தான் ஹீரோ. அதுவும் ரெட்டை வேஷம். கணேசன்ங்கற பேரு பொதுப்பேரா இருக்கறதுனாலே, நான் ஜெமினியிலே வேலை பாத்ததினாலே, இனிமே ஜெமினி கணேசன்னு பேரு வைச்சுக்கப் போறேன். இந்தப் படத்துல ஆர். கணேஷ்னுதான் டைட்டில்லே போட்டிருக்காங்க.”

“இப்ப நீங்க ஹீரோ ஆயிட்டீங்க. அதுவும் ரெட்டை வேஷம். இப்ப நீங்க ஸ்க்ரீன்ல வந்தா கைதட்டலாமில்லியா.”

“தாராளமாத் தட்டுங்க. இன்னும் எனக்கு ரசிகர்கள் உருவாகலை. நீங்க முதல் ரசிகரா கைதட்டுங்க”ன்னு சிரிக்கறார். கர்லிங் முடி, நறுக்கிவிட்ட மீசை, மஞ்சள் நிறம், சிரித்த முகம். இதுதான் கணேசன்.

“புற்றுநோய் ஆஸ்பத்திரி கட்டிச் செயல்படறப்ப இப்ப வேலை பாக்கற இடத்துலே இருந்து விலகி அந்த ஆஸ்பத்திரி யிலே வேலைக்குச் சேந்துடலாம்னு நெனைச்சுண்டிருக்கேன்.”

“அத்தை டாக்டர் ரெட்டி எடுத்த லட்சியத்தை நிறைவேத்தாம விடமாட்டாங்க. பாருங்க, இந்த இன்ஸ்ட்டிட்யூட் எவ்வளவு பெருசா வளரப்போகுதுன்னு.”

எனக்கும் அப்படித்தான் தோண்றது. நானும் கணேசனும் சாப்பிடப் பந்திக்குப் போறோம். இருவரும் ஒண்ணா உக்காந்து சாப்பிடறோம்.

நான் சினிமாவிலே நடிக்க வரலாமான்னு கேக்கறேன். என்னை உத்துப் பாக்கறார். வரலாமேன்னு சொல்றார். இவர் நிஜமாவா சொல்றார்னு தோண்றது. நான் கேக்கறேன். “நிஜமாவா.” “ஆமாம். நிஜமாத்தான் சொல்றேன். சினிமாவுலே வரலாம். ஆனா, உங்களுக்கு எதுக்கு அந்த ஆசை. சினிமா உலகம் பலபேர் கலந்து பழகற இடம். உங்களுக்குச் சரிவராது. நீங்க டாக்டர் லலிதா. நோயாளிகளுக்குச் சேவை பண்றதுக்குத்தான் நீங்க பிறந்து வந்துருக்கீங்க...”

எனக்கு ஏன் இப்படிக் கேட்டோம்னு தோண்றது. இப்படித்தான் சில இடங்கள்லே ஏதாவது உளறிக் கொட்டிடறேன். அழகான பெண்கள் முன்னாலே ஆண்கள் அசடு வழிவாளே. அதுமாதிரி இவர் முன்னாலே நான் அசடு வழியறேன் போலிருக்கு.

சாப்பிட்டுக் கை அலம்பறோம். பிறகு கூட்டத்திலே கணேசன் ஒரு பக்கமும் நான் ஒரு பக்கமும் பிரிஞ்சு போயிடறோம்.

முத்துலட்சுமி ரெட்டி எங்க இருக்காங்கன்னு பாத்து அவங்க பக்கத்துலே போயி நிக்கறேன். போட்டோ எல்லாம் எடுக்கறாங்க. நேரு அடிக்கல் நாட்டின பிறகு போயிட்டார்னு சொல்றாங்க.

♦♦♦

24

1954ஆம் வருஷம் கேன்ஸர் இன்ஸ்ட்டிட்யூட்டைக் குறைந்த படுக்கை வசதியோடு சின்ன அளவிலே கட்டி ஜூன் 18ஆம் தேதி திறக்கறா. என்னையும் கூப்பிட்டுருக்காங்க. நானும் போறேன். டாக்டர் முத்துலட்சுமி ரெட்டி அவங்க மகன் கிருஷ்ணமூர்த்தியை அறிமுகம் செஞ்சு வைக்கறார். "இவர் அறுவைச் சிகிச்சை நிபுணர், அமெரிக்காவிலே மிசூரியில் உள்ள கேன்சர் ஆஸ்பத்திரியிலேயும் லண்டனில் உள்ள கேன்சர் ஆஸ்பத்திரியிலேயும் பயிற்சி பெற்றவர். இந்த ஆஸ்பத்திரியை இவர்தான் கவனிச்சு வளக்கப்போறார். எனக்கு 68 வயசாகுது. உடம்புக்கும் ஏதாவது முடியாமப் போகுது. சமூக சீர்திருத்த நடவடிக்கைகளில் ஈடுபட்டுருக்கேன். அதைத் தொடர்ந்து செய்யணும். பெண்கள் பிரசவத்துக்காக எங்கிட்ட வராங்க. அதையும் பாக்கணும்."

நான் அவருக்கு வணக்கம் சொல்றேன். சாதனையாளர் மாதிரித் தெரியறார்.

"ஸார் இன்னும் கொஞ்சம் டெவலப் ஆனப்பறம் நான் இங்கே வந்து வேலைக்குச் சேரணும்னு இருக்கேன். எனக்குப் புற்றுநோய் ஸ்பெஷல் படிப்பு இல்லை. நான் பொது மருத்துவர்."

டாக்டர் முத்துலட்சுமி ரெட்டியும் டாக்டர் கிருஷ்ணமூர்த்தியும் 'தாராளமா வாங்க'ன்னு சொல்றாங்க. இந்தச் சின்ன ஆஸ்பத்திரி பெருசா வளரும். இந்தியா முழுக்க இருந்து ஆயிரக் கணக்கானவா இங்க சிகிச்சைக்கு வருவான்னு தோணறது. இவங்க ரெண்டு பேரும் அர்ப்பணிப் போட டாக்டர் வேலை பாக்கறாங்க. ஒரு காலத்துலேயும் தோத்துப்போக மாட்டாங்கன்னுல்லாம் நேக்குத் தோணறது.

ஒரு கார் வந்து நிக்கறது. கார்லேயிருந்து கணேசன் இறங்கறார். நேரு அடிக்கல் நாட்டின அன்னிக்கு, அடுத்த வருஷம் நவம்பர் மாசம் 'மனம்போல மாங்கல்யம்' படம் வெளிவரும்னு சொன்னாரில்லியா. அதேபோல் படம் வந்துடுத்து. நான் இரண்டாவது நாள் கேஸினோ தியேட்டர்லே படம் பாத்தேன். நேக்குப் படம் பிடிச்சிருந்தது. சாவித்திரி, கணேசன் ரெண்டு பேரும் அழகான ஜோடியா தெரிஞ்சாங்க. இன்னும் ஒரு வாரத்திலே ஜூன் 25ஆம் தேதி அவர் வைஜயந்திமாலா கூட நடிச்ச 'பெண்'ங்கற படம் வர்றது. இப்ப அவர் ஜெமினி கணேசன் ஆயிட்டார். போஸ்டர் பாத்தேன். சினிமா நடிகர் ஆயிட்டார் இல்லியா. கலர் கூடின மாதிரி இருக்கு. அவர் என்னைக் கவனிக்கலை. அவங்க குடும்ப உறுப்பினர்களோட பேசிண்டிருக்கார். நான் ஒரு ஓரமா நிக்கறேன். வேலைக்குச் சேந்த டாக்டர்கள், நர்சுகள்கூட நானும் போயி நின்னு அவாள்ட்ட ஏதோ பேசிப் பொழுதைக் கடத்திண்டு இருக்கேன். கணேசன் இந்தப்பக்கம் திரும்பிப் பாப்பார்னு நெனைக்கறேன். அதுக்குள்ளே அவரை அடையாளம் கண்டுகொண்ட டாக்டர்களும் நர்சுகளும் அவரைப் பாக்கப் போறாங்க. நானும் கூடப் போறேன்.

பொது ஜனங்க கூட்டமும் கொஞ்சமா வேடிக்கை பாக்கக் கூடறாங்க. அப்பறம் அந்தக் கூட்டம் பெருசாகுற மாதிரி தெரியறது. சேர்ல உக்காந்திருக்கற கணேசனை எட்டி எட்டிப் பாக்கறா. ஒரு கட்டத்துலே நிமிந்து என்னைப் பாத்தவர், 'டாக்டர் லலிதா'ன்னு என்னைக் கூப்பிடறார். நான் பக்கத்துலே போறேன்.

"அடுத்த வாரம் ஒரு புதுப்படம் ரிலீஸ் ஆகுது. வைஜயந்தி மாலா ஹீரோயின். படம் பேரு 'பெண்'."

"தெரியும். வெலிங்டன் தியேட்டர்லேயும் ராஜகுமாரி தியேட்டர்லேயும் ரிலீஸ் ஆறது. ஏ.வி.எம். படம். நான் பாத்துடு வேன். 'மனம்போல மாங்கல்யம்' படம் பாத்தேன். நேக்குப் பிடிச்சிருந்தது."

கூட்டம் கூடறதைப் பாத்ததும் டாக்டர் முத்துலட்சுமி ரெட்டி வந்து கணேசனிடம் ஏதோ சொல்றாங்க. கணேசன் தலையாட்டிண்டே எழுந்துக்கறார். கூட்டத்தைப் பாத்துக் கையாட்றார். திரும்பி என்னையும் பாத்துக் கையாட்றார். கூட்டத்தை யாரோ விலக்கிவிடறா. அவர் கார்லே ஏறிக் கிளம்பறார். கூட்டம் கலையறது.

ஒரு பெண் டாக்டர் என் முன்னாலே வந்து நிக்கறா.

"நான் டாக்டர் பரிமளா. பெத்தேல் ஆஸ்பத்திரியிலே வேலை பாக்கறேன். விழாவுக்காக வந்திருக்கேன்."

"உங்களைப் பாத்தவுடனேயே ப்ரெண்ட் ஆக்கிக்கணும்னு தோணிடுத்து. அதான் உங்களைப் பாக்க வந்தேன். என் கணவரும் என் அப்பாவும் லாயர்கள். ராயப்பேட்டையிலே குடியிருக்கோம். உங்க மெரிட்டல் ஸ்டேட்டஸ் என்னன்னு தெரிஞ்சுக்கலாமா"

"நான் பால்ய விதவை."

"எத்தனை வயசுலே."

அதாவது நான் வெர்ஜினான்னு தெரிஞ்சுக்க இப்படி மறைமுகமாக் கேள்வி கேக்கறான்னு தோண்றது.

"ஒன்பது வயசுலே."

அவ தலையாட்றா. "நான் உங்களைத் தனியா சந்திக்க விரும்பறேன்."

"எதுக்கு."

"நான் நேரிலே சொல்றேன். ஒண்ணும் தப்பா நெனைச்சுக் காதிங்க. என்னை உங்க ப்ரெண்டா நெனைச்சுக்கோங்க. உங்க அட்ரஸைக் கொடுங்க. நான் வர்ற ஞாயித்துக்கிழமை பத்து மணிக்கு உங்க ஆத்துக்கு வர்றேன்."

"சரி. வாங்கோ"

நான் அவளுக்கு அட்ரஸைத் தர்றேன்.

சரியா பத்து மணிக்கு ஆத்து வாசல்லே பரிமளா நிக்கறா. உள்ளே வரச்சொல்றேன். சேரில் உக்காரச் சொல்றேன். நானும் உக்காந்துக்கறேன். அவ எழுந்து கிச்சன் உட்பட எல்லா இடங்களையும் சுத்திப் பாக்கறா. அப்பறம் வந்து உக்காந்துக்கறா. மீனாட்சியம்மாள் யார்னு கேக்கறா. நான் சொல்றேன். மீனாட்சியம்மாள்கிட்ட கண்ணால இங்கேயிருந்து ஒதுங்கி யிருக்கச் சொல்றேன். மீனாட்சியம்மாள் அந்த இடத்தைவிட்டுப் போறாங்க.

அவ சொல்றா: 'நானும் குழந்தை விதவைதான். எனக்கு ஏழு வயசுலே கல்யாணமாயிடுத்து. நேக்குப் பதினோரு வயசு ஆகறச்சே புருஷன் தவறிட்டார். என் அப்பா ராகவாச்சாரி பிரபல லாயர். அவர் தாங்கமுடியாத அதிர்ச்சியிலே இருந்தார். காந்திஜி பேர்ல ரொம்ப ஈடுபாடு கொண்டவர். நேக்கு வைதவ்யக் கொடுமையை அவர் செய்யலை. படிக்க வெச்சார். ஜாதியிலே எதிர்ப்பு இருந்தது. அவர் அதைப்

பொருட்படுத்தலை. என் அப்பாகிட்ட ரங்கநாதன்னு ஒரு லாயர் ஜூனியரா இருந்தார். அவருக்கும் நேக்கும் ஸ்நேகம் ஏற்பட்டது. என் அப்பாவுக்கு காந்திஜிதான் ஆதர்ஸம். காந்திஜியினாலே எல்லாத் தரப்பையும் கட்டுப்படுத்த முடிஞ்சுது. டி.வி.எஸ். அய்யங்கார் மகள் சௌந்தரம் டாக்டருக்குப் படிச்சவங்க. விதவை. காந்திய இயக்கத்துல இருந்த அவருக்கும் கேரளாவைச் சேந்த ராமச்சந்திரன்ங்கற வருக்கும் இடையே ஸ்நேகம் ஏற்பட்டது. ரெண்டு பேரும் கல்யாணம் பண்ணிக்கறதை அவா குடும்பங்கள் விரும்பலை. காந்திஜி என்ன சொல்றார். ரெண்டு பேரும் ஒருத்தரை ஒருத்தர் ஒரு வருஷம் பாக்காம இருங்கோ. அதுக்கு அப்பறமும் அதே எண்ணத்தோட ரெண்டு பேரும் இருந்தா கல்யாணம் பண்ணிக்கலாம்னு சொல்லிடறார். அதேமாதிரி அவாளும் பிரிஞ்சு இருக்கா. பின்னால காந்திஜி ஆசீர்வாதத்தோடயே 36 வயசுல சௌந்தரம் மறுகல்யாணம் பண்ணிக்கறா. இது என் அப்பாவுக்கு ஒரு எக்ஸாம்பிளா இருந்துருக்கு. ரங்கநாதனை வேறு ஒரு லாயரிடம் ஜூனியரா சேத்துவிடறார். நாங்க ரெண்டு பேரும் ஒருத்தரை ஒருத்தர் ஒரு வருஷம் பாக்கக் கூடாதுன்னு சொல்லிடறார். நாங்களும் அதன்படி பிரிஞ்சு இருந்தோம். அப்பறம் ஜாதி எதிர்ப்பு, சொந்தக்காரங்க எதிர்ப்பு... இதையெல்லாம் பொருட்படுத்தாமக் கல்யாணம் பண்ணி வைச்சுட்டார்.

இப்ப நான் சொல்ல வந்த விஷயத்துக்கு வர்றேன். எனக்கு ஒரு அண்ணா இருக்கார். பேர் வேணுகோபாலன். அவர் மனைவியை இழந்தவர். அவரும் லாயரா இருக்கார். என் அண்ணாவுக்கு மறுமணம் பண்ணி வைக்கணும்னு அப்பா நெனைக்கறார். டாக்டர் சௌந்தரம் மாதிரி விதவைப் பெண்ணா இருந்தாலும் சரின்னு நெனைக்கறார். அதான் ஒரு எக்ஸாம்பிள் இருக்கே. காந்திஜி பின்னணியில் இருக் காரில்லையா. உங்களைப் பாத்த உடனே நேக்கு என் அப்பா சொன்னது ஞாபகம் வந்தது. நான் உங்களைப் பெண் கேட்டு வந்துருக்கேன். நீங்க உடனே பதில் சொல்ல வேண்டாம். ஒரு வாரம் டைம் எடுத்துக்கோங்கோ. நல்லா யோசிச்சுச் சொன்னா போதும். விருப்பம் இருந்தாலும் இல்லைன்னாலும் சொல்லிடலாம். நான் பேசினது போதும். ஒரு டம்ளர் காபி குடுங்கோ."

எனக்கு ஒண்ணும் புரியலை. திகைச்சுப் போய் உக்காந்துருக்கேன். மீனாட்சியம்மாளைக் கூப்பிட்டு எங்க ரெண்டு பேருக்கும் காபி கொண்டுவரச் சொல்றேன். விருப்பம் இல்லைன்னு இப்பவே சொல்லிடலாம்னு தோணறது. ஒரு

வாரம் அவகாசம் கொடுத்துருக்கா. அப்பறம் சொல்லிக்கலாம்னு நெனைக்கறேன்.

காபி வர்றது. ரெண்டு பேரும் குடிக்கறோம். நான் மௌன மாகவே இருக்கேன்.

"நான் ஏதாவது தப்பா சொல்லிருந்தா மன்னிச்சுக்கோங்கோ."

"இல்லையில்லை. நீங்க உங்க தரப்புலேயிருந்து பேசி யிருக்கேள். இதைத் தப்பாப் பாக்கறது சரியில்லை. நேக்கு ஒரு வாரம் டைம் கொடுத்திருக்கேள். நான் யோசிச்சு சொல்றேன். உங்க நம்பரைக் கொடுங்கோ."

பரிமளா போன் நம்பரை ஒரு பேப்பரில் எழுதிக் கொடுக்கறா. நான் அந்தப் பேப்பரைப் பத்திரமா வைச்சுக்கறேன்.

"உங்க அண்ணாவுக்கு விதவையை ஏன் கல்யாணம் பண்ணி வைக்கணும். கல்யாணமாகாத பெண்களையே நீங்க பாக்கலாமே."

"நாங்க ஏற்கனவே ஜாதியை விட்டு ஒதுங்கினாப்லே இருக்கோம். இது காலப்போக்குலே சரியாப் போகலாம். அதை இப்ப யோசிக்க வேண்டாம். கிராமத்துலே ஏழைக் குடும்பத்துலேயிருந்து பெண் எடுக்கலாம். அப்பாவும் அண்ணா வும் பெண் படிச்சிருக்கணும்னு நெனைக்கறாங்க. என் அப்பா காந்திஜி இயக்கத்துலே இருக்கா. அவாளுக்கு ஒரு புரட்சி பண்ற மகிழ்ச்சியும் கிடைக்கும்" என்று சொல்லிவிட்டு பரிமளா சிரிக்கறா.

வேற வழியில்லாம நானும் சிரிக்கறேன். அவ சிரிக்கறப்ப நான் உம்முன்னு இருக்க முடியுமா. அவ அண்ணாவுக்குக் குழந்தைகள் இருக்குமா. இவ்வளவு சொன்னவ அதை ஏன் சொல்லலை. நானே கேக்கலாம்னு நெனைக்கறேன்.

"உங்க அண்ணாவுக்கு எத்தனை குழந்தைகள்."

"என் அண்ணாவுக்கு ஒரு பையன் இருந்தான். அவன் ஜன்னி கண்டு தவறிப்போயிட்டான். நான் முதல்லேயே சொல்லியிருக்கணும். ஸாரி."

காபி நல்லா இருந்ததுன்னு சொல்லிண்டே சேர்லே யிருந்து எழுந்துக்கறா. நான் வாசல்வரை போய் அவளை வழியனுப்பறேன்.

◆◆◆

25

நான் படுக்கையிலே படுத்துண்டு யோசிக்கறேன். நேக்கு இப்படி ஒரு ஆபர். பரிமளா பெரிய வியூகத்தை உருவாக்கி, அவ விருப்பத்தைச் சொல்லி என்னோட அபிப்பிராயத்தைக் கேக்கறா. லாயரா இருந்திருக்க வேண்டியவ. அவ குடும்பத்துலே அப்பாவும் அண்ணாவும் லாயரா இருக்கறதால அவளுக்கும் இந்த மாதிரி பேசறது இயல்பாவே வந்திருக்கு.

நேக்கு யாரிடம் யோசனை கேக்கறதுன்னு தெரியலை. டாக்டர் முத்துலட்சுமி ரெட்டியிடம் கேட்டா கல்யாணம் பண்ணிக்கோன்னு சொல்லிடுவாங்க. அவங்க சீர்திருத்தவாதி. என் உள்மனசு என்ன நெனைக்கறதுன்னு முதல்லே நான் கண்டுபிடிக்கணும். நேக்குக் கல்யாண ஆசை இருக்கான்னு நேக்கே தெரியலை. இருக்குன்னு தான் தோண்றது. எல்லாருக்கும் இருக்கற ஆசை தானே. ஆனா திருமண வாழ்க்கைல ஒரு ஆணோட என்னால இருக்க முடியுமா. அது பிரச்சினைதான். இப்ப நான் என் இஷ்டப்படி இருக்கேன். அப்பறம் ஆத்துக்காரர் இஷ்டப்படி நான் நடக்கணும். ஒரு ஆம்பளை என் உடம்பைப் பாப்பார். கண்ட இடத்துல தொடுவார்னு நெனைக்கறச்சே அசூயையா இருக்கு. செக்ஸோட பிறப்பு உறுப்பு சம்பந்தப்பட்டிருக்குன்னு நெனைச்சாலே அருவருப்பா இருக்கு. ஆனா நீல்கமல் தொடறப்ப இப்படி எந்த அசூயை உணர்வும் இல்லை. சந்தோஷமாவும் பரவசமாவும் இருந்தது. அப்ப ஏன் அப்படி இருந்தது இப்ப ஏன் இப்படி இருக்குன்னு நெனைச்சா ஒண்ணும் புலப்படலை. அவன் வேற. அவன் நீல்கமல். இப்பவும் அவன் நெனைவு தினமும் வந்துண்டே இருக்கு.

அந்த வேணுகோபாலன் எப்படி இருப்பார்னு தெரியலை. என் அபிப்ராயத்தைத் தெரிஞ்சுண்டு பின்னாலே ரெண்டு பேரும் பாத்துக்கறதுக்கு ஏற்பாடு பண்ணலாம்னு நெனைச்சுருக்கலாம். அழகா, சிவப்பா மூக்கு நல்லா அமைஞ்சு, சிரிச்ச முகமா இருப்பாரா. அல்லது பல்லு எத்திண்டு மூஞ்சிலே எண்ணெய் வழிஞ்சுண்டு இருப்பாரா. அவரை ஆஸ்பத்திரிக்கு வரச்சொல்லி ஆள் எப்படின்னு பாக்கலாமா. இதைச் சொன்னா நான் திமிர் பிடிச்சவங்கற அபிப்பிராயத்துக்கு வந்துடுவாளே. இல்லைன்னா கோர்ட்டுக்குப் போய் ஒளிஞ்சுண்டு இருந்து ஆளைப் பாக்கணும். யாரைக் கூட்டிண்டு போய் எப்படிக் கண்டுபிடிக்கறது. எல்லாமே குழப்பமா இருக்கு. நேக்குக் கல்யாணம் வேண்டாம்னு முடிவு பண்ணிட்டா இந்தக் குழப்பங்களைக் க்ளோஸ் பண்ணிடலாம். இன்னும் டைம் இருக்கு. பரிமளாவும் என்னை மாதிரி பால்ய விதவையா இருந்து கல்யாணம் பண்ணிண்டவங் கறதாலே அவா குடும்பத்துல மட்டமா நெனைக்கமாட்டா. நான் தனியாவே இருந்து வாழ்க்கையிலே இன்னும் எவ்வளவு சிரமங்களை அனுபவிக்கப் போறேன்ங்கறதை நெனைச்சா கவலையா இருக்கு. கல்யாணம்னு போய் ஒரு இடத்துல மாட்டிண்டா, அங்க சௌகர்யமா இருக்க முடியாமப் போயிடுத்துன்னா அப்பவும் திரும்ப மன உளைச்சலோடதான் இருக்கணும்.

உலகத்துல பெண்ணாய்ப் பொறந்து எவ்வளவு கஷ்டங்களை அனுபவிக்க வேண்டியிருக்கு. விதவையா இருக்கறதிலே இருக்கற மன உளைச்சல், விதவை இல்லைன்னா புருஷனாலே ஏற்படற மன உளைச்சல். பிரசவத்துலே ஏற்படற மன உளைச்சல். பிள்ளைகள் சரியா அமையலைன்னா ஏற்படற மன உளைச்சல். மாமனார், மாமியார், நாத்தனார் கொடுமைகள்னாலே வர்ற மன உளைச்சல். இப்படி மன உளைச்சலோட இருந்து நோய்வாய்ப் பட்டு, அதுனாலயும் மன உளைச்சல் பட்டுச் சாகவேண்டி யதுதான்.

இந்த நீல்கமலுக்கு ஏன் இப்படி ஐ.என்.ஏ.யிலே போய்ச் சேரணும்னு எண்ணம் வர்றது. அப்பறம் என்ன ஆனான்னே என்னாலே கண்டுபிடிக்க முடியலை. அவனுக்கு அப்ப அந்த எண்ணம் வரலைன்னா என் வாழ்க்கையே மாறியிருக்கும். நான் சந்தோஷமானவளா வாழ்ந்துருப்பேன். இதையெல்லாம் என்னன்னு சொல்றது. என் தங்கை... சாகற வயசா அவளுக்கு. வலியிலே துடிச்சுச் செத்துப்போயிருக்காளே. அவளோட மனசுலே எவ்வளவு கனவுகள், ஆசைகள் இருந்திருக்கும். இப்படி முளையிலேயே கருகினாப்லே போயிட்டா. ஒவ்வொருத்தரா

என்னை விட்டுப் போனா. கடைசியிலே நீல்கமலும் போயிட்டான். அவன் பேர்ல, ஓர் அனாதைக் குழந்தை, அவன் ஞாபகார்த்தமா வளந்துண்டிருக்கான். பின்னாலே அவனோட படிப்புச் செலவுகளை நான் ஏத்துக்கறேன்னு டாக்டர் முத்துலட்சுமி ரெட்டி கிட்டயும் ஹோம் நிர்வாகத்துக்கிட்டயும் சொல்லியிருக்கேன். நான்தான் செலவு பண்றேன்னு தெரிய வேண்டாம்; நிர்வாகத்துலே பணம் குடுத்துடறேன்னும் சொல்லியிருக்கேன். அதை அவா பாத்துச் செலவு பண்ணட்டும். நான்தான் செலவு பண்றேன்னு தெரிஞ்சா நான் அவமானப்படற மாதிரிக் கட்டுக்கதை உருவாகிடும். அந்த நீல்கமல் எக்கேடு கெட்டாலும் போகட்டும். அல்லது எங்கேயோ நல்லா இருக்கட்டும். நான் பேர் வெச்ச இந்த நீல்கமல் நல்ல நிலைக்கு வரணும். யோசிச்சு யோசிச்சு மனசு எங்கெங்கேயோ போறது. குழப்பந்தான் வர்றது. தலைவலிக்கறது.

❖❖❖

26

கனவோ கற்பனையோ அதிலே நீல்கமல் வர்றதில்லை. கொஞ்சம் கொஞ்சமா மறைஞ்சு போயிட்டான். ஆனால் நெனைவிலே மறையாம இருக்கான். பார்க்லே சந்திச்சது, பேசினது, தொட்டுண்டது, கட்டிண்டது எல்லாம் நெனைவுல இருக்கு. அது இருக்கத்தானே செய்யும். உடம்புலே உயிர் இருக்கற வரைக்கும் நெனைவுன்னு ஒண்ணு இருக்கறவரைக்கும் இருக்கத்தானே செய்யும். இப்ப நெனைப்பு வேணுகோபாலனைச் சுத்தி ஓடிண்டு இருக்கு. அவர் எப்படி இருப்பார்னு சிந்திச்சுண்டே இருக்கேன்.

ஆஸ்பத்திரியிலே நான் என் அறையிலே இருந்து வெளிலே வந்து என் டாக்டர் சேர்ல உக்காந்துக்கறேன். எதுத்தாப்ல மேஜைக்கு அந்தப்பக்கம் ஒரு இளைஞர் உக்காந்துருக்கார். நான் யார்னு கேக்றேன். என் பேரு வேணுகோபாலன்னு சொல்றார். நேக்கு என்ன செய்யறதுன்னே தெரியலை. இன்னிக்கு வேற நல்ல புடவை கட்டிண்டு வந்திருக்கலா மோன்னு நெனைச்சுக்கறேன். முகம் பளிச்சினு இருக்கான்னு தெரியலை. திடீர்னு வந்து இப்படி உக்காந்தா நான் என்ன செய்யறது.

அவரைத் தெரியாத மாதிரி நடிக்கணும்னு நேக்குத் தோண்றது.

"உங்களுக்கு என்ன செய்யறது."

"எனக்கு ஒண்ணும் செய்யலை. உங்களைப் பாத்துண்டு போகலாம்னு வந்தேன்."

"என்னை எதுக்கு நீங்க பாக்கணும்."

"நான் பரிமளாவோட அண்ணா வேணு கோபாலன்."

"அப்படியா. ஸாரி. மொதல்லயே பரிமளாவோட அண்ணான்னு சொல்லியிருக்கலாமே."

"நீங்க பேரை நெனைவுல வைச்சுண்டிருப்பீங்கன்னு நெனைச்சேன்."

"பரிமளா நல்லா இருக்காளா. உங்க வக்கீல் தொழில் எப்படிப் போயிண்டிருக்கு."

"நன்னாப் போயிண்டிருக்கு. அப்பா கிரிமினல் சைடுலேதான் நெறைய அட்டெண்ட் பண்றார். நான் கிரிமினலும் சிவிலும் பாக்கறேன்."

"ஒருத்தன், குத்தம் செஞ்சேன்னு ஒத்துண்டு கிளையண்ட்டா வர்றான். அப்ப உங்களுக்கு அந்த கேஸை எடுத்து நடத்தறதுலே சங்கடம் இருக்காதா."

"இது தொழில். சங்கடம் இருக்கத்தான் செய்யும். ஒருத்தன் குற்றம் செய்திருந்தாலும் அதை நிரூபிக்கறது கஷ்டம். அதுக்கான சாட்சிகள், ஆதாரங்கள் இதெல்லாம் வேணும். உண்மைக் குற்றமா இருந்தாலும் போலீசாருக்குப் போதுமான ஆதாரங்கள் கிடைக்காது. அதனாலே ஜோடிச்சுதான் வழக்குப் போடுவா. அதுலே எப்படியாவது ஓட்டை விழுந்துடும். தவிர பெரும்பாலும் குற்றவாளிகள் அந்த நேரப் பதட்டத்துல யும் கோபத்துலயும்தான் குற்றம் செஞ்சுடறாங்க. சிலர் குற்றம் செய்யறதையே குணமாக் கொண்டிருப்பாங்க. அந்தக் கேஸை நாங்க எடுக்கறதில்லை. கிரிமினல் கேஸ்லே சிரமம் இருக்கு. அதானாலே சிவில் கேஸ் நெறைய எடுத்துக்கறேன். ஆனா, கேஸ் முடிய பல காலம் ஆகும். தீர்ப்புக்கு மேலே அப்பீல். அப்பீலுக்கு அப்பீல். இப்படி ஓடிண்டே இருக்கும். சுவாரஸ்யமான தொழில்தான்."

"எங்க தொழில் சிகிச்சை பண்றது"ன்னு சொல்லிட்டுத் தேவையில்லாம சிரிக்கறேன். அவரும் சிரிக்கறார்.

"பரிமளா சொன்னா. எனக்குப் பாக்கலாம்னு தோணித்து. நான் லாயர். நீங்க டாக்டர். படிச்சவா. நமக்குள்ளே சம்பிரதாயம் வேண்டாம். உங்களை ஆஸ்பத்திரியிலே வந்து பாத்துடலாம்னு நெனைச்சேன். வந்துட்டேன்."

அவர் பேசிண்டு இருக்கும்போதே நான் அவரை ஆராஞ்சுண்டு இருந்தேன். வெள்ளைச்சட்டை, கருப்புப் பேண்ட் போட்டுண்டிருக்கார். மாநிறம். ரொம்ப அழகுன்னு சொல்ல முடியாது. ஆனா மோசமில்லை. நான் என்ன

பேரழகியா. சுமாரா இருப்பேன். நான் ஆராய்ற மாதிரி அவரும் என்னை ஆராய்வாரோன்னு என்னையே நான் பாத்துண்டு ரவிக்கையையும் முந்தானையையும் சரிபண்ணிக்கறேன்.

"உங்களுக்கு நான், எனக்கு நீங்கன்னு ஆண்டவன் எழுதியிருக்கான்."

அவர் பாயிண்டுக்கு வர்றார். நல்லா எழுதினான் ஆண்டவன். இங்கே இந்தப் பேச்சை உக்காந்து பேசறது பொருத்தமில்லைன்னு தோண்றது.

"என் ரூமுக்குப் போயி பேசலாம்."

அவர் தலையாட்றார். ரெண்டு பேரும் என் அறைக்குப் போறோம். நான் வழக்கமா உக்கார்ற சேர்லே உக்கார்றேன். மேஜைக்கு அந்தப்பக்கம் உள்ள சேர்ல அவர் உக்காந்துக்கறார்.

"காபி சாப்பிடறேளா"ன்னு கேக்கறேன். அவர் தலையாட்றார்.

"உங்களுக்கு நான், எனக்கு நீங்கன்னு ஆண்டவன் எழுதியிருக்கார்னு நான் சொன்னேன். நீங்க பதிலே சொல்லலை."

"என்ன சொல்றது. நான் யோசிச்சுண்டு இருக்கேன். என் முடிவைச் சொல்றதுக்கு பரிமளா ஒரு வாரம் டைம் கொடுத்துருக்கா. உங்களைப் பிடிச்சுருக்கா இல்லையாங்கறதைப் பத்தி யோசனை பண்ணலை. நேக்கு இன்னொரு கல்யாணம் தேவையா தேவையில்லையான்னு யோசிச்சுண்டிருக்கேன்."

"என் தங்கை பால்ய விதவை. அவ மறுமணம் பண்ணிண்டா."

"அவ கதை வேற. உங்க அப்பாகிட்ட ஜூனியரா ஒருத்தர் வர்றார். அவருக்கும் உங்க தங்கைக்கும் ஸ்நேகம் வர்றது. உங்க அப்பா காந்தியவாதி. காந்திஜி ஏற்கனவே கடைப்பிடிச்ச வழியிலே ரெண்டு பேரையும் பிரிச்சு வைக்கறார். பின்னால பிரிவுக்காலம் முடிஞ்சதும் சேத்து வைக்கறார். அவ கதை வேற, எங் கதை வேற."

"நாமதான் ஒருத்தரை ஒருத்தர் பாத்துண்டோமே."

"பாத்துண்டோம்தான். இந்த அரைமணிநேரத்துக்குள்ளே காதலிச்சுண்டோமா. உங்களுக்கு அரைமணிநேரத்துல காதல் வந்துடுத்து. நேக்கு இன்னும் வரலையே."

அவர் பேயறைஞ்சவர் மாதிரி உக்காந்திருக்கார். துடுக்கா பேசிட்டோமோன்னு நேக்குத் தோண்றது. அந்த நேரம் காபி வர்றது. பணியாள் கொண்டுவந்து டவரா, டம்ளர்ல காபியை வைக்கறார். ரெண்டு பேரும் மௌனமா உக்காந்துருக்கோம்.

காபி சாப்பிடறோம். இவர் விஸ்வநாதன் மாதிரி உறிஞ்சிக் குடிக்கலை. நிதானமாத்தான் குடிக்கறார்.

காபி குடித்தபின், "நேக்கு சம்மதம். நீங்க யோசிச்சு சொல்லுங்கோ. மாமனார், மாமியார் இருக்காளேன்னு யோசனை பண்ணவேண்டாம். மாடியிலே ப்ரைவேட்டா ஹால், ரூம் இருக்கு. நான் அங்கேதான் வாசம் பண்றேன்."

எனக்கு எரிச்சலா வர்றது. "நான் யோசிச்சு பரிமளாவிடம் சொல்றேன்."

"நேக்கு சம்மதம். யோசிச்சு, நல்ல முடிவாச் சொல்லுங்கோ"ன்னு சொல்லிட்டு சேரை விட்டு எழுந்துக்கறார். நான் எழுந்து அவர் பின்னால் செல்கிறேன். எல்லாம் ரெண்டு நிமிஷ நேரந்தான். இல்லை ஒரு நிமிஷ நேரந்தான் இருக்கும். வெளியேறப் போனவர், கதவை லேசா சாத்திண்டு பின்னால் வந்த என்னைக் கட்டிப்பிடிச்சுக்கறார். அவர் கைகள் என் மார்புகள், யோனியை பிடிக்கறது. ஒரு நிமிஷந்தான் இருக்கும். என் கழுத்துலே வேற வாயை வைச்சுருக்கார். ஒண்ணும் நடக்காத மாதிரி அறைக்கதவைத் திறந்து திரும்பிப் பாக்காம போறார். நேக்கு உடம்பெல்லாம் நடுங்கறது. தலை சுத்தற மாதிரி இருக்கு. படபடப்பு ஏற்படறது. உடம்புலே அந்தப் பார்ட்லே எல்லாம் யாரும் கை வெச்சதில்லை. நான் சேர்லே உக்கார்றேன். நெத்திப் பொட்டு வலிக்கற மாதிரி இருக்கு. விரல்களாலே நெத்தியைப் பிடிச்சுண்டு உக்காந்திருக்கேன். அழுகை வர்றது. யாரும் பாத்துடுவாளோன்னு கதவைச் சாத்தி சேர்ல உக்காந்து அழறேன்.

◆◆◆

27

ஆத்துக்குள்ளே நுழையறேன். புடவை, ரவிக்கையை மாத்திண்டு முகத்தை அலம்பிண்டு வரேன். என்னைப் பாத்து மீனாட்சியம்மாள் கேக்கறாங்க.

“ஏன் ஒரு மாதிரி இருக்கே. உடம்பு சரி யில்லையா. முகம் வீங்கினாப்ல இருக்கே.”

“இன்னிக்கு பேஷண்ட்ஸ் அதிகம். வேலையும் ஜாஸ்தி. தலை வலிக்கறது. அதனாலே அப்படித் தெரியும்.”

“உன் முகமும் சரியில்லை. என்னமோ மாதிரி இருக்கு. அதனாலே கேட்டேன்.”

மீனாட்சியம்மாள் வேற உலகத்தைச் சேந்தவங்க. எனக்குத் துணையா இருக்காங்க. பணியாள் மாதிரி இருக்காங்க. அவங்களிடம் அந்தரங்கப் பிரச்சினைகளைச் சொல்ல முடியாது. நேக்குன்னு அந்தரங்கமாப் பேசறதுக்கு ப்ரெண்டும் கெடையாது. எல்லா உணர்வுகளையும் அடக்கிண்டு எனக்குள்ளேயே வைச்சுண்டு இருக்கணும். நேக்கு திடீர்னு டாக்டர் எலிசபெத்தைப் போய்ப் பாக்கணும்னு தோணறது. சாந்தமானவர். கருணையுள்ளம், அன்புள்ளம் கொண்டவர். அவர் மாதிரி ஆதரவானவர்தான் நேக்கு வேணும். நான் அவரை ப்ரெண்டா ஆக்கியிருக்கணும்.

படுக்கையில் படுத்து யோசிச்சுண்டு இருக்கேன். அந்த வேணுகோபாலன் ஏன் இப்படி நடந் துண்டார். எங்கிட்ட காதலைத் தூண்டறதா நெனைச்சுண்டு இப்படி நடந்துண்டாரா. நான் சென்ஸ். இந்த மாதிரி நான்சென்ஸ் ஜென்மத்தைக் கட்டிண்டு வாழ்க்கை பூரா கஷ்டப்படணுமா. நான் வெர்ஜின் விடோ. அவர் கல்யாணம்

பண்ணி பிள்ளையைப் பெத்தவர். எத்தனை வருஷம் தாம்பத்ய வாழ்க்கை வாழ்ந்தாரோ தெரியலை. அந்த வித்தையை என்னிடம் காண்பிச்சு என்னைப் பணிய வைக்கலாம்னு நெனைச்சாரா. படிச்சு என்ன செய்ய. லாயரா வேலை பாத்து என்ன செய்ய. முதல்முதலா ஒரு பெண்ணைப் பாக்கறோம்; அதுவும் கல்யாணம் பண்ணிக்கலாம்னு நெனைக்கற பெண்ணைப் பாக்கறோம்; டீசன்ட்டா நடந்துக்கணும்னு தோணவேண்டாமா. இடியட்.

வேணுகோபாலன் வேண்டாம். வேண்டவே வேண்டாம். பரிமளாவிடம் சொல்லிடணும். பிறகு அவ்வை இல்லத்திலே இருக்கற நீல்கமலைப் பாக்கப் போகணும். மனச்சாந்திக்காக டாக்டர் எலிசபெத்தைப் பாக்கணும்.

நான் அவ்வை இல்லத்துக்குப் போறேன். நீல்கமலை அழைச்சுண்டு வரச்சொல்றேன். அவன் வர்றான். கொழுகொழுன்னு செகப்பா இருக்கான். யார் பெத்த பிள்ளையோ. வாங்கிண்டு போன சாக்லேட்களை அவன் கையிலே கொடுக்கறேன். அவன் வாங்கி டிராயர் பாக்கெட்கள்ல வைச்சுக்கறான்.

“நான் உனக்கு என்ன முறை வேணும்”ன்னு அவனைக் கேக்கறேன்.

அவன் சொல்றான். “எனக்கு அப்பா, அம்மா யார்னு தெரியாது. டாக்டரம்மாதான் எனக்கு அம்மா. நீங்க எனக்கு அக்கா.”

நேக்கு கண்கள்லே நீர் ததும்பறது. அவனை அணைச்சுக் கொஞ்சறேன். “நான் உனக்கு அக்காதான். நீ பெரியவனானதும் என்னவா வரணும்னு நெனைக்கற.”

“நான் பெரியவனானதும் டாக்டரம்மா மாதிரி, உங்கள மாதிரி டாக்டரா வரணும்.”

“நான் உன்னைப் படிக்க வைக்கறேன். நானும் உன்னை மாதிரிதான். அப்பா, அம்மா இறந்துபோயிட்டாங்க. இந்த மாதிரி ஒரு இல்லத்துலே அவங்க ஆதரவோடதான் வளந்தேன். என் அதிர்ஷ்டம். நான் டாக்டரானேன். அதேமாதிரி நீயும் டாக்டராயிருவே.”

“ஹைய். நான் டாக்டர்.”

நான் அங்கேயிருந்து டாக்டர் எலிசபெத் வைத்திருக்கும் ஆஸ்பத்திரிக்குப் போறேன். ஆஸ்பத்திரிக்குப் பக்கத்துல சர்ச்

இருக்கு. சிலுவையிலே அறையப்பட்ட யேசுவைப் பாக்கறச்சே மனசு கஷ்டமாயிருக்கும். அவர் அன்பைப் போதிச்சார். ஆதரவற்றவர்களிடமும் நோயாளிகளிடமும் கருணையுள்ள வராக இருந்தார். அவருக்குத் தண்டனை கெடச்சது. இதுதான் உலக நிலை. நான் ஆஸ்பத்திரிக்குள்ளே போய் டாக்டர் எலிசபெத்தைப் பத்தி விசாரிக்கறேன். அவர் லண்டன் போயிட்டதா கவுண்டர்லே சொல்றா. எப்ப வருவாங்கன்னு கேட்டதுக்கு தெரியாதுங்கறா. நேக்குத் தேவைப்படற நேரத்துல அவங்களைப் பாக்கமுடியலை.

◆◆◆

28

காலையிலே குளிச்சுச் சாப்பிட்டுட்டு உக்காந்திருக்கேன். வாசல்லே பரிமளா நிக்கறதைப் பாக்கறேன். எழுந்து சென்று அவளை உள்ளே வரச் சொல்றேன். வந்து உக்கார்றா.

"இன்னும் ஒரு வாரம் டைம் முடியலை. இன்னும் ஒருநாள் இருக்கு. இருந்தாலும் உங்க மனநிலையை அறிஞ்சுக்கலாம்னு தோணித்து. அதனாலே உங்களைப் பாத்துத் தெரிஞ்சுண்டு போகலாம்னு வந்தேன். என் அண்ணாவும் இந்த விஷயத்துல ஆர்வமா இருக்கார்..."

"உங்க அண்ணா என்ன சொன்னார்."

"ஒண்ணும் சொல்லலை. உங்களை ஆஸ்பத்திரியிலே பாத்தாராம். பாத்தது உங்களுக்குத் தெரியாதாம். அவருக்குச் சம்மதம். இது ஒரு நல்ல சம்பந்தம். உங்களுக்குத் துணையா நான் இருக்கேன்."

அயோக்கிய ராஸ்கல். வந்து என்னைப் பாத்துட்டு காப்பி குடிச்சுட்டு, கட்டிபிடிச்சு அந்தரங்கமான பகுதிகளைப் பிடிச்சுண்டு இப்ப, என்னைப் பாத்தது நேக்குத் தெரியாதுன்னு சொந்தத் தங்கைகூடவே நாடகமாடறான். அவன் என்னைக் கட்டிப்பிடிச்சானே. அதுல மயங்கியிருப்பேன்னு நினைச்சுத் துப்புப் பாக்கறதுக்குத் தங்கையைப் பொய் சொல்லி அனுப்பிச்சிருக்கான். அந்த வேணுகோபாலன் என்னைச் சந்தித்ததைச் சொல்லலை. நானும் என்னைப் பாக்க வந்து நடந்த அசிங்கத்தைச் சொல்லப் போறதில்லை. என் எண்ணத்தை டீசன்டா சொல்லிடணும்.

"உங்க அண்ணாவைப் பத்தி நேக்குத் தெரியாது. ஆனா இன்னொரு கல்யாணம் நேக்குத்

தேவையில்லைன்னு தோண்றது. நேக்குக் கல்யாண வாழ்க்கை யிலே நாட்டமில்லை. இதுலே மாற்றமில்லை. இதுதான் என் பதில். நீங்க ஒருநாள் முன்னாலயே வந்து கேட்டதும் நல்லதுக்குத்தான். நான் இன்னொரு நாள் பாரத்தோட இருந்துருக்கணும். என் கருத்துலே மாற்றமில்லை."

"நான் உங்க நல்லதுக்குச் சொல்றேன். உலகம் கெட்டுக் கெடக்கு. ஒரு பொண்ணு தனியா வாழ்றது கஷ்டம். ஒரு குடும்பம்னு அமைஞ்சா நமக்கு சேப்டியாவும் இருக்கும். நிம்மதியாவும் இருக்கும்."

"பரிமளா, என்னோட அபிப்பிராயத்துலே மாற்றமில்லை. நீங்க என்ன சொன்னாலும் நான் மாறப்போறதில்லை. என்னைக் கன்வின்ஸ் பண்ண வேண்டாம்."

"நாளைக்கு ஒருநாள் டைம் இருக்கு. நீங்க மறுபரிசீலனை பண்ணிப் பாருங்கோ. இந்த மாதிரி ஒரு சந்தர்ப்பம்; இந்த மாதிரி நல்ல குடும்பத்துச் சம்பந்தம் கிடைக்கறது உங்க அதிர்ஷ்டம்னு நெனைச்சுக்கோங்கோ."

"ஸாரி. நீங்க இதைப்பத்தித் திரும்பத் திரும்பப் பேச வேண்டாம். நான் அதை விரும்பலை. காபி சாப்பிடறேளா."

"இல்லை. வேண்டாம். உங்க கருத்துலே மறுபரிசீலனைக்கோ மாற்றத்துக்கோ இடமிருந்தா யோசிச்சுச் சொல்லுங்கோ. நான் என் அண்ணாகிட்ட சொல்லணும்."

"உங்க அண்ணாகிட்ட சொல்லிடுங்கோ. லலிதாவுக்கு மறுமணத்துலே இஷ்டமில்லை; இந்தப் பேச்சையே எடுக்க வேண்டாம்னு சொல்லிடுங்கோ. வேற ஒரு பெண்ணைப் பாத்துச் சீக்கிரமா கல்யாணம் பண்ணி வைங்கோ. ரொம்பத் தவிக்கறார் போலிருக்கு. என்னைத் தொந்தரவு பண்ணாதீங்கோ. இதோட முடிச்சுப்போம். நான் ஆஸ்பத்திரிக்குப் போற நேரம் நெருங்கியாச்சு."

பரிமளா எழுந்து நிக்கறா. நான் போய்ட்டு வாங்கன்னு சொல்றேன். அவள் வாசலையடைந்து படியிறங்கறா. பரிமளா வந்ததும் மீனாட்சியம்மாள் உள்ளே போயிட்டாங்க. இப்ப பரிமளா போனதும் ஹாலுக்கு வராங்க.

"அம்மா, ரெண்டு நாளா நீ இருக்கற இருப்பு சரியாத் தோணலை. ஏதாவது அந்தரங்கமான விஷயமா இருக்கும். கவலைப்படாதீங்க."

"எல்லா விஷயங்களையும் டாக்டர் முத்துலட்சுமி ரெட்டி கிட்ட கொண்டுபோக முடியுமா. அவங்களுக்கு ஏகப்பட்ட

வேலைகள் இருக்கும். புற்றுநோய் ஆஸ்பத்திரியை டெவலப் பண்றதுக்கான முயற்சியிலே இருக்காங்க. மத்திய சர்க்கார் நிதி கொடுக்கறது. அதனாலே அவங்க பிசியா இருக்காங்க. உங்களுக்கே தெரியும். நான் பால்ய விதவை. பலபேர்னாலே நேக்குத் தொந்தரவுகள் வரும். நான்தான் சமாளிக்கணும். இது என் தலையெழுத்து. இந்தப் பரிமளா, என்னை அவளோட அண்ணாவுக்கு ரெண்டாந்தாரமா பெண் கேட்டு வந்துருக்கா. அவர் லாயரா இருக்கார். இவளும் பால்ய விதவைதான். ஒரு லாயரைக் மறுகல்யாணம் பண்ணியிருக்கா. நேக்கு இன்னொரு கல்யாணத்துலே விரும்பமில்லை; அதுனாலே முடியாதுன்னு சொல்லிட்டேன்."

"ஏம்மா நல்ல இடமா இருந்தா இன்னொரு கல்யாணம் பண்ணிக்கலாமே."

"உங்ககிட்டே சில விஷயங்களை வெளிப்படையா பேச முடியாத நிலையிலே இருக்கேன். அவ அண்ணா யோக்கிய மானவர் இல்லை. அயோக்கிய ராஸ்கல்..."

நான் திட்றதைப் பாத்து, "சரிம்மா. உன் முடிவு சரியாத்தான் இருக்கும்"ன்னு சொல்லி வெத்தலை போட ஆரம்பிக்கறார் மீனாட்சியம்மாள்.

"நேக்குத் தலை வலிக்கறது. அடிக்கடி இப்படி வலிக்கறது. மனசுக்குப் பிரச்சினை இருக்குங்கறதுனாலே தலை வலிக்கிற துன்னு நெனைச்சுண்டு இருந்தேன். இப்ப தலையிலே ஏதாவது பிரச்சினை இருக்குமோன்னு தோண்றது. செக் பண்ணனும்" என்கிறேன் மீனாட்சியம்மாவிடம்.

"அம்மா அதெல்லாம் ஒண்ணும் இருக்காது. நீ ரொம்ப யோசிக்கறே. அதனாலே தலை வலிக்கறது. தூக்கம் நன்னா இருந்தா அது சரியாயிடும்" என்கிறார் மீனாட்சியம்மாள்.

நான் தலையைப் பிடிச்சுண்டு உக்காந்துருக்கேன்.

◆◆◆

29

நான் ஆஸ்பத்திரியிலே என் அறையிலே தலைவலியோட உக்காந்துருக்கேன். திடீர்னு விஸ்வநாதன் வர்றார். நான் எழுந்து என் ஸீட்டை அவருக்குக் கொடுத்துண்டு மேஜைக்கு எதிரே உள்ள சேரில் உக்காந்துக்கறேன்.

“என்ன ஒரு மாதிரியா உடம்பு சரியில்லாத மாதிரி இருக்கே” என்கிறார்.

“தலைவலி. அடிக்கடி வர்றது. செக் பண்ண லாம்னு இருக்கேன்.”

“உனக்கு மன அழுத்தம் இருக்கு. அதனாலே தலைவலி வருதுன்னு நெனைக்கறேன். மன அழுத்தம், பதட்டம், இதுக்கு மாத்திரை சாப்பிடு. அப்படியே பெயின் கில்லரும் எடுத்துக்கோ. சரியாயிடும். உன் பெர்சனல் லைப் எப்படிப் போயிகிட்டிருக்கு. சந்தோஷமாப் போறதா. ரொம்ப யோசிச்சுக் குழப்பிக்காதே. உனக்கு ஒரு துணை இல்லாததாலே மனசுலே இருக்கறதை வெளில சொல்ல ஆள் இல்லைங்கறதாலே உனக்கு மன அழுத்தம் வரும். நீ ஏன் இன்னொரு கல்யாணம் பண்ணக்கூடாது. நல்ல ஆளா இருந்தா ரெண்டாந்தாரமா கல்யாணம் பண்ணிக்கலாம். நீ அதைப்பத்தி யோசிச்சியா.”

கல்யாணம், கல்யாணம். இன்னொரு கல்யாணம். இதை விட்டா தீர்வே கிடைக்காதா. இவர் தனக்கு ரெண்டாந்தாரமா நான் வருவேனான்னு தூண்டில் போட்டுப் பாக்கறார்.

“அதுலே ஒண்ணும் தப்பு இல்லை. நீ விரும்பியா உன் கல்யாணம் நடந்தது. ஒன்பது வயசுலே விதவை யான உனக்கு என்ன தெரியும். வெர்ஜின் விடோ. இப்ப கன்னிப்பெண்ணுக்கு என்ன தகுதி உண்டோ அந்தத் தகுதி உனக்கு உண்டு. சான்ஸ் அமைஞ்சா நீ இன்னொரு கல்யாணம் பண்ணிக்கலாம்.”

எனக்கு அவரைச் செருப்பைக் கழட்டி அடிக்கணும்போல இருக்கு. மேலதிகாரியாப் போயிட்டார். எப்ப வந்தாலும் வெர்ஜின் விடோன்னு சொல்றார். சொல்றப்ப நேக்குச் சாகலாம்போல இருக்கு. அவமானமா இருக்கு.

"ஸார். எனக்கு இன்னொரு கல்யாணத்துலே விருப்ப மில்லை. இப்படியே இருக்கறதுதான் எனக்குச் சௌகரியம். எனக்குக் கல்யாண ராசி இல்லைன்னு நெனைக்கறேன். நெலைக்காது. என்னைக் கல்யாணம் பண்றவர் சீக்கிரம் செத்துப்போய்டுவார்." இப்படி சும்மா அடிச்சு விடறேன்.

"ஜாதகத்தைப் பாத்தியா."

"ஆமா ஸார். ஜாதகம் பாத்தேன். நேக்குக் கல்யாண ராசி இல்லைன்னு சொல்லிட்டா. என்னைக் கட்றவாளுக்கு ஆயுள் கம்மி." எப்படி கிடுக்கிப்பிடி போடறேன். எனக்கு ஜாதகமே எங்கே இருக்குன்னு தெரியாது. இவர் வாயை அடைக்க இப்படி யெல்லாம் ட்ராமா பண்ண வேண்டியிருக்கு.

"எனக்குத் தெரிஞ்ச ஜோஸ்யர் ஒருத்தர் இருக்கார். மலையாளத்துக்காரர். நீ உன் ஜாதகத்தைக் கொடு. நான் அவரைப் பாக்கறேன். நீயும் கூட வர்றதுனா வா."

இதென்ன சோதனையா இருக்கு. "ஸார். ஜாதகத்தைத் தேடணும். ஏதோ ஒரு காலத்துலே பாத்தது. எங்கே இருக்குன்னே நேக்கு நெனவில்லை."

"தேடிப்பாரு. கிடைச்சா எங்கிட்டக் கொடு. தேதி, டைம், நட்சத்திரம் எல்லாம் தெரிஞ்சா புதுசாவே எழுதிடலாம்."

"ஸார் ஒண்ணும் வேண்டாம் ஸார். நானே குழம்பிப்போ யிருக்கேன். மேலும் குழப்பம் வர வேண்டாம்."

"கல்யாணம் பண்ணிண்டாத்தானே புருஷனுக்கு ஆயுள் கம்மிங்கறே. கல்யாணம் பண்ணிக்காமே வாழ்ந்தா அப்ளிகபிள் ஆகாதுல்ல."

என்ன திமிரு. செருப்பைக் கழட்டி அடிச்சேயிறலாம்னு தோண்றது. ஆசைப்படறவா எல்லாம் அயோக்கிய ராஸ்கலா இருக்கா. நான் மௌனமா இருக்கேன். விஸ்வநாதன் அவர் ஆசைப்பட்டதைச் சொல்லிட்டார்.

தலைவலிக்கறது. அவர் யாரோ வேற ஒரு ஆள் மாதிரித் தெரியறார். முன்பின் அறிமுகமில்லாதவர் மாதிரித் தோண்றார். நான் டாக்டர் என்பதெல்லாம் மறஞ்சுபோன மாதிரி இருக்கு.

இது ஆஸ்பத்திரி; என்னோட அறை; இதெல்லாம் நினைவில் இல்லை.

ஏண்டா நாயேன்னு செருப்பைக் கழட்டி எதிரிலே இருக்கறவரை அடிக்கறேன். அவர் கத்தறார். நான் அடியை நிறுத்தலை. யார் யாரோ வந்து விலக்கிவிடறா. நான் மயங்கி விழற மாதிரித் தெரியறது.

நேக்கு என்னமோ ஆயிடுத்துன்னு ஆஸ்பத்திரியிலே பேசிக்கற மாதிரி இருக்கு. நேக்கு ஞாபக சக்தி குறைஞ்சுண்டே வர்ற மாதிரி இருக்கு. நான் முழிச்சுண்டு ஒண்ணும் பேசாம இருக்கறதைப் பாத்த டாக்டர் கற்பகம் ஏதோ சொல்றார். அதுவும் நேக்கு அரைகுறையாத்தான் புரியறது. தூக்கம் வர்ற மாதிரி இருக்கு.

❖❖❖

30

லலிதாவின் முன்னே வந்துநின்ற டாக்டர் கற்பகம் தான் யார் என்று கேட்கிறார். லலிதா அவரை வசந்தா என்று சொல்கிறாள். "மனசையும் பாக்கணும். தலையையும் பாக்கணும். தலையிலே ஒண்ணும் பிரச்சினை இல்லைன்னா மனசுலேதான் கோளாறுன்னு முடிவுக்கு வரலாம். இன்னிக்கு ஆஸ்பத்திரி பெட்லயே இருக்கட்டும்" என்று சக டாக்டர்களிடம் கூறுகிறார் டாக்டர் கற்பகம்.

வீட்டில் இருக்கும் மீனாட்சியம்மாளை இங்கு கூட்டிவந்து லலிதாவுக்குத் துணையாக வைப்பதற்கான வேலைகள் துரிதமாக நடக்கின்றன.

லலிதா ஆஸ்பத்திரி பெட்டில் தூங்கிக் கொண்டிருக்கிறாள். தரையில் மீனாட்சியம்மாள் துணைக்குப் படுத்திருக்கிறார். மனம் வெறுமை யாகிக்கொண்டிருப்பதுபோல லலிதாவுக்குத் தோன்றுகிறது. கனவுபோல் ஒரு காட்சி வருகிறது. அவள் வீட்டில் படுத்திருக்கிறாள். அகால நேரம். கதவு தட்டப்படும் சத்தம் கேட்கிறது. மீனாட்சி யம்மாள் தூங்கிக்கொண்டிருப்பதைப் பார்த்து, இவள் சென்று கதவைத் திறக்கிறாள். விஸ்வநாதன் ஆத்திரத்துடன் சொல்கிறார். "இன்னும் எத்தனை காலத்துக்கு வெர்ஜின் விடோவா இருப்பே."

லலிதா பதிலுக்குச் சொல்கிறாள். "நான் சாகற வரைக்கும் வெர்ஜின் விடோதான்." அவள் எழுந்து படுக்கையில் உக்காருகிறாள்.

மீனாட்சியம்மாள் எழுந்து லலிதா அருகே உக்காந்து அவள் தோளைத் தொட்டு ஆறுதலாகப் பேசுகிறார். "நீங்க யார்னு தெரியலை" என்று லலிதா கூறுகிறாள். மீனாட்சியம்மாள் கண்களைத் துடைத்துக்கொள்கிறார். லலிதா படுத்துக்

கொள்கிறாள். தூக்கத்திற்குள் புதைகிறாள். தூக்கம் அவளைப் புதைகுழிக்குள் இழுத்துக் கீழே கொண்டுசெல்கிறது.

அடுத்த நாள் தலையை நவீன சாதனங்கள் மூலம் படம் எடுத்துச் சோதிக்கிறார்கள். மூளையில் ஒரு கட்டி இருப்பது தெரிகிறது. அந்தக் கட்டியை அகற்ற வேண்டும். அது ஞாபக சக்தியையும் நினைவுகளையும் எடுத்து வெற்றிடமாக ஆக்கிவிடும். பேச முடியாது. மொழி தெரியாமல் போய்விடும்.

தலைவலிக்கு நிவாரண மருந்துகள் கொடுக்கப்படுகின்றன. மூளையிலுள்ள கட்டியை அகற்றுவது சிரமம் என்றும் எடுத்தாலும் அதன் பின்விளைவுகள் எப்படி இருக்கும் என்று தெரியாது என்றும் டாக்டர்கள் விவாதிக்கிறார்கள். இறுதியில் மூளைக்கட்டியை அப்படியே விட்டுவிடலாம் என்ற முடிவை எடுக்கிறார்கள். இங்கு அதற்கான சிகிச்சையும் நவீன மருத்துவ வளர்ச்சியும் இன்னும் ஏற்படவில்லை. நினைவு இல்லை, பேச்சு இல்லை. அவ்வை இல்லத்திலிருந்து நீல்கமலைக் கொண்டுவந்து காண்பித்தார்கள். அந்தப் பையனைச் சற்றுநேரம் பார்த்துக்கொண்டிருந்தவளின் கண்கள் வேறு பக்கம் திரும்பிவிட்டன. டாக்டர் முத்துலட்சுமி ரெட்டி, சிஸ்டர் சுப்புலட்சுமி உட்பட யாரையும் லலிதாவால் அடையாளம் காண முடியவில்லை. மூளை நரம்பில் ஏற்பட்ட கட்டியின் பாதிப்பு என்று சொல்லப்பட்டது. கொஞ்ச காலத்தில் வலிப்பு வந்தது. தானாக எதுவும் செய்துகொள்ள முடியவில்லை. நர்சுகளும் சுகாதாரப் பணியாளர்களும் கவனித்துக்கொள்கிறார்கள்.

இப்படியே சில காலம் கழிந்தது. லலிதா துணிபோலத் துவண்டு கிடந்தாள். கூந்தலைப் பராமரிப்பதில் பிரச்சினை ஏற்பட்டதால் மொட்டை அடித்துவிட்டார்கள். உயிரோடு இருக்கும்வரை இருக்கட்டும் என்று விட்டுவிட்டார்கள். ஒருநாள் துவண்டு படுத்திருந்த லலிதாவை நர்ஸ் தொட்டபோது உடல் சில்லென்று இருப்பதை அறிந்து டாக்டரிடம் சொன்னார். டாக்டர் வந்து பார்த்துவிட்டு டாக்டர் லலிதா இறந்துவிட்டதாகக் கூறினார். மருத்துவமனையில் உள்ளவர்கள் அங்கே கூடிவிட்டார்கள். உடலை அடக்கம் செய்ய ஏற்பாடுகள் நடந்தன.

லலிதாவின் சடலத்தின் முன் கண்களில் நீர் வழியச் சிறுவன் நீல்கமல் நிற்கிறான். டாக்டர் ஆவானா என்பது தெரியவில்லை. அந்த அனாதைச் சிறுவனின் வாழ்க்கையை எப்படிக் காலம் மாற்றும் என்பதும் தெரியவில்லை. காலம் கற்பனைக்கும் தர்க்கத்துக்கும் கட்டுப்படாது.

❖❖❖

பின்னிணைப்புகள்

குறிப்புகள் 1

இந்த நாவலை எழுதுவதற்குக் கீழ்க்காணும் நூல்கள் உதவியாக இருந்தன.

1. 'A Child Widow's Story' – by Monica Felton
2. 'The Memoirs of Dr. Haimabati Sen: From Child Widow to Doctor' – Translated from Bengali by Tapan Raychaudhuri
3. 'My Experience as a Legislator' – by Dr. Muthulakshmi Reddy
4. Autobiography of Dr. Muthulakshmi Reddy *('டாக்டர் முத்துலட்சுமி ரெட்டி சுயசரிதை' தமிழாக்கம்: எஸ். ராஜலட்சுமி)*
5. Eternal Romantic, My Father, Gemini Ganesan by Narayani Ganesh

மற்றும் பிற தொடர்புடைய சட்டங்கள்

இணையதளத் தகவல்கள்

மேலே குறிப்பிட்டுள்ள 'A Child Widow's Story' நூலிலிருந்து சிறுமி-விதவைகள் சிலரின் கதைகளைச் சுருக்கமாக இந்நாவலில் கூறியுள்ளேன். அந்த நூலில் வரும் ஒரு சிறுமி-விதவை உருமாற்றம் பெற்று இந்நாவலில் லலிதாவாக வருகிறாள்.

குறிப்புகள் 2

1. பின்னிணைப்பில் நாவலுக்குத் தொடர்புடைய படங்கள் இணைக்கப்பட்டுள்ளன. அவசியம் பார்க்க வேண்டியவை.

2. பெண்களுக்குத் திருமண வயது 16 என்றும் ஆண்களுக்குத் திருமண வயது 21 என்றும் நிர்ணயிக்க வேண்டும் என்று டாக்டர் முத்துலட்சுமி ரெட்டி ஆற்றிய உரையின் பேரில் 1928 மார்ச் 27ஆம் தேதி மெட்ராஸ் மாகாண சட்டசபையில் தீர்மானம் நிறைவேற்றப்படுகிறது. இதற்கிடையில் ராய் சாகிப் ஹர்பிலாஸ் சார்தா என்பவர் கொண்டுவந்த மசோதாவுக்கு வைஸ்ராயின் ஒப்புதல் 1929 அக்டோபர் 1ஆம் தேதி வழங்கப்பட்டு, 1930 ஏப்ரல் 1ஆம் தேதி அமலுக்கு வருகிறது. இந்தச் சட்டம் Child Marriage Restraint Act 1929 என்றும் SARDA Act என்றும் அழைக்கப் பட்டது. இதில் ஆண்களின் திருமண வயது 18 என்றும் பெண்களின் திருமண வயது 14 என்றும் நிர்ணயிக்கப்படு கிறது. இந்தச் சட்டம் போதாமையுடனும் சமூகத்தால் சரியாக அமல்படுத்தப்படாமலும் இருந்தது. 1949ஆம் ஆண்டு இந்தச் சட்டத்தில் திருத்தம் கொண்டுவந்து ஆணின் திருமண வயது 18 என்றும் பெண்ணின் திருமண வயது 15 என்றும் நிர்ணயிக்கப்படுகிறது. 1978ஆம் ஆண்டு கொண்டுவரப்பட்ட திருத்தத்தின்படி ஆணின் திருமண வயது 21 என்றும் பெண்ணின் திருமண வயது 18 என்றும் நிர்ணயிக்கப்பட்டு, தற்போது அமலில் உள்ளது. புதிதாகப் பல ஷரத்துகள் சேர்க்கப்பட்டுள்ள தற்போதைய சட்டத்தின் பெயர்: Prohibition of Child Marriage Act 2006. முந்தைய சட்டங்கள் திரும்பப் பெறப்பட்டன (Repealed). 2021 டிசம்பரில் பெண்களின் திருமண வயதை 18லிருந்து 21 ஆக உயர்த்தி ஒரு சட்டத் திருத்த மசோதாவை ஒன்றிய அரசு நாடாளுமன்றத்தில் அறிமுகப் படுத்தியது; இன்னும் சட்டமாகவில்லை. கூடுதல் தகவல்களுக்காக இந்த விவரங்கள்.

படங்கள்

ஐஸ்ஹவுஸ் ஹோமில் பால்ய விதவைகளாக வாழ்ந்து முதன்முதலில் குயின் மேரீஸ் கல்லூரியில் பட்டம் பெற்ற மூவர் அம்முக்குட்டி, லட்சுமி, பார்வதி (இடமிருந்து வலமாக). அம்முக்குட்டியும் பார்வதியும் முறையே கோயம்புத்தூரிலும் சேலத்திலும் ஆசிரியராகப் பணிபுரிந்தார்கள். லட்சுமி குயின் மேரீஸ் கல்லூரியில் ஆசிரியராகப் பணிபுரிந்தார்.

சிஸ்டர் ஆர்.எஸ். சுப்புலட்சுமி இளைய தோற்றம்.
பிறப்பு: 18 ஆகஸ்டு 1886

சிஸ்டர் ஆர்.எஸ். சுப்புலட்சுமி முதிய தோற்றம்.
இறப்பு: 20 டிசம்பர் 1969

டாக்டர் முத்துலட்சுமி ரெட்டி இளைய தோற்றம்.
பிறப்பு: 30 ஜூலை 1886

டாக்டர் முத்துலட்சுமி ரெட்டி முதிய தோற்றம்.
இறப்பு: 22 ஜூலை 1968

அவ்வை இல்லம் தற்போதைய தோற்றம்

1952, கேன்சர் இன்ஸ்டிட்யூட், நேரு அடிக்கல் நாட்டுகிறார்.

அடையாறு கேன்சர் இன்ஸ்டிட்யூட் தற்போதைய தோற்றம்

எம்.என். ராய்

ஜவஹர்லால் நேரு, ராஜேந்திர பிரசாத் ஆகியோருடன் புலாபாய் தேசாய்

டாக்டர் டி.எஸ். சௌந்தரம்

காலச்சுவடு பப்ளிகேஷன்ஸ் (பி) லிட்.
Published by Kalachuvadu Publications Pvt. Ltd.,
669, K.P. Road, Nagercoil 629001, India
Phone: 91-4652-278525
e-mail: publications@kalachuvadu.com

08/2022/S.No. 1103, kcp 3741, 18.6 (1) ass